महात्मा फुले

शंकर कऱ्हाडे

साकेत प्रकाशन

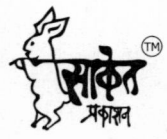

महात्मा फुले

चरित्र

शंकर कऱ्हाडे

Mahatma Phule

Biography

Shankar Karhade

■

प्रकाशन क्रमांक - १३०५
पहिली आवृत्ती - २००९
दुसरी आवृत्ती - २०११
तिसरी आवृत्ती - २०१६
चौथी आवृत्ती - २०१९
पाचवी आवृत्ती - २०२२

© सर्व हक्क लेखकाधीन, २००९.

■

प्रकाशक
साकेत बाबा भांड,
साकेत प्रकाशन प्रा. लि.,
११५, म. गांधीनगर, स्टेशन रोड,
औरंगाबाद - ४३१००५,
फोन- (०२४०) २३३२६९२/९५.
www.saketprakashan.in
saketpublication@gmail.com

शंकर कऱ्हाडे
'देव्हारा', सरस्वतीनगर,
बुलढाणा- **मो. ९४२०३३६१६०**

■

पुणे कार्यालय
साकेत प्रकाशन प्रा. लि.,
ऑफिस नं. ०२, 'ए' विंग, पहिला मजला,
धनलक्ष्मी कॉम्प्लेक्स्, ३७३ शनिवार पेठ,
कन्या शाळेसमोर, कागद गल्ली,
पुणे -४११ ०३०
फोन- (०२०) २४४३६६९२

■

अक्षरजुळणी : धारा प्रिंटर्स प्रा. लि. औरंगाबाद

■

मुद्रक : प्रिंटवेल इंटरनॅशनल प्रा. लि.,
जी-१२, एम.आय.डी.सी.,
चिकलठाणा, औरंगाबाद.

■

किंमत : १०० रुपये

ISBN-978-81-7786-454-0

ति., बाई- दादा
यांच्या स्मृतीस...

अनुक्रमणिका

१. मुले झाली फुले

अण्णा मास्तरांनी आता वयाची सत्तरी गाठली होती. ते म्हातारे झाले होते; पण अजून त्यांचे बालपण हरवले नव्हते. त्यांचे बालपण नित्य त्यांच्यासोबतच होते. आपल्या उतारवयातही आपले बालपण ते जोपासत होते.

लहान मुलांच्याच सहवासात ते असत. लहान मुलांत बसत. लहान मुलांशीच बोलत आणि लहान मुलांना गोष्टी सांगत. राष्ट्रभक्तांच्या गोष्टी! क्रांतिकारकांच्या गोष्टी! शौर्याच्या गोष्टी! त्यागाच्या गोष्टी! समर्पणाच्या गोष्टी! बलिदानाच्या गोष्टी! आपल्या मातृभूमीच्या मातीत घडलेल्या जिवंत गोष्टी!

मोठी माणसे त्यांना गमतीने 'गोष्टीरूप अण्णा मास्तर'च म्हणायची. मुलांसाठी गोष्टी लिहिणे आणि मुलांना गोष्टी सांगणे हे त्यांचे व्रत होते. आजवर त्यांनी शाळेच्या भव्य प्रांगणात असंख्य मुलांना असंख्य गोष्टी सांगितल्या; पण आता आपल्या घरासमोरच्या अंगणातच ते मुलांना गोष्टी सांगत. त्यांच्या गोष्टीचा वार ठरलेला होता.

- रविवार -

- सायंकाळचे पाच!

आज त्यांच्या गोष्टीचाच वार होता. वेळेच्या आधीच अंगणात मुले जमा झाली आणि शिस्तीने आत बसली. मुलांना तसे वळणच लागले होते.

अण्णा मास्तरांनी नेहमीप्रमाणे पूर्वतयारी करून ठेवली होती. एका खुर्चीवर आज महात्मा जोतीराव फुले यांचे छायाचित्र ठेवले होते. आज अण्णा मास्तर जोतीराव फुले यांचे गोष्टीरूप चरित्र सांगणार होते.

अण्णा मास्तर वेळेवर आले. त्यांनी मुलांकडे पाहून स्मितहास्य केले. मुलांच्या चेहऱ्यावर तेच हास्य उमटले. एकदा साऱ्या मुलांवर त्यांनी प्रेमळ दृष्टी फिरविली. महात्मा फुले यांच्या प्रतिमेस अभिवादन केले आणि गोष्ट सांगण्यास ते मुलांत बसले. अण्णा मास्तर म्हणाले,

'मुलांनो, हे छायाचित्र कुणाचे आहे?'

सारी मुले एका सुरात उद्गारली,

'महात्मा जोतिराव फुले यांचे.'

'आज त्यांचेच गोष्टीरूप चरित्र मी तुम्हाला सांगणार आहे. आजच्या गोष्टीचे नाव आहे- **'मुले झाली फुले'**

सकाळची ती वेळ होती. बालसूर्याची कोवळी किरणे सर्वत्र पसरली होती. साऱ्यांनाच ती अंगावर घ्यावीशी वाटत होती. हिवाळ्यातलीच ती सकाळ होती. हिवाळ्यातली ती कोवळी किरणे होती. ऊब देणारी! ऊबदार!

आकाश तसे स्वच्छ होते; पण काही पांढरे ढग आकाशात संचार करीत होते. सूर्याच्या मागे ते जात होते. सूर्याच्याच मागे ते लागले होते. सूर्याला झाकण्याचा त्यांचा प्रयत्न होता. ते सूर्याआड येत होते; पण त्या ढगांतूनही सूर्यकिरणे डोकावतच होती. त्या पांढऱ्या ढगांना मात्र असे वाटत होते की, ही आपल्याच प्रकाशाची किरणे आहेत! आपणच साऱ्या जगाला प्रकाश देत आहोत!

या कोवळ्या उन्हातच एका झोपडीतून तीन मुले बाहेर पडली आणि सूर्याचे कोवळे ऊन अंगावर घेऊन ती आपली वाटचाल करू लागली. कोवळ्या वयाचीच ती मुले होती. फार लहान नव्हती आणि फार मोठीही नव्हती; पण ती समजदार होती. दारिद्र्य घेऊनच जन्माला आली होती. दारिद्र्यातच वाढली होती. या दारिद्र्यानेच त्यांना फार मोठी समज दिली होती.

एका आईचीच ती लेकरे होती. आईच्या मायेला पारखी झाली होती. वडिलांच्या छायेत वाढली होती. त्यांचे वडील हातावर पोट घेऊन पहाटेच मोलमजुरी करावयास गेले होते आणि या मुलांनीही ठरवले होते,

आपणही मोलमजुरी करायची. बाला हातभार लावायचा. आपला बा रोजच्या भाकरीसाठी कष्ट करतो. आपण भाजीपुरते काम करू! -

आपला हा विचार रात्रीच त्यांनी आपल्या बाला बोलून दाखविला होता. त्यांच्या बाबांच्या डोळ्यांत पाणी आले होते. आपल्या मुलांना जवळ घेऊन ते म्हणाले होते,

'लेकरांनो, मीच तुमच्या वाट्याला हे दारिद्र्य आणले आहे. तुमच्या आजोबांनी कष्टाने खूप कमावले होते; पण मी आळसात, चैनीत सारे गमावले. तुमच्यासारखा विचार माझ्या मनात आला असता तर तुमच्या आजोबांच्या समृद्धीत भरच पडली असती. आपले खानवडी गाव सोडून पुण्याला यावेच लागले नसते.'

आपले डोळे पुसत ते म्हणाले,

बाळांनो, तुम्ही ऐदी राहू नका. आपले काम आपणच शोधा. जमेल ते काम करा. निष्ठेने करा. प्रामाणिकपणे करा. मिळेल तेवढेच घ्या. यातूनच तुमचा भाग्योदय होईल.

वडिलांनी संमती दिली होती. आशीर्वादच दिला होता आणि आपल्या बाचा आशीर्वाद घेऊनच ती मुले निघाली होती. काम शोधण्यास आपल्या घरट्यातून ही पिले बाहेर पडली होती.

एका मोठ्या दुकानासमोर ती थबकली. ते एक फुलांचे दुकान होते. रंगीबेरंगी फुलांचे हार दुकानात लटकून ठेवले होते. विविध जातींच्या फुलांचे सुबक गुच्छ ठेवले होते. फुलांना पाहून मुले फुलली आणि थबकली. दुकानासमोर ती उभी राहिली.

ते एका सावकाराचे दुकान होते. सावकार फावल्या वेळात सावकारी करायचा; पण त्याचा मुख्य धंदा फुलांचा होता. नुकतेच त्याने आपले दुकान उघडले होते. झाडझूड करून आपल्या आराध्य देवतेची तो पूजा करीत होता. मुलांकडे त्याचे लक्ष नव्हते.

सावकाराची पूजा झाली. त्याचे लक्ष मुलांकडे गेले. त्याला फारसे आश्चर्य वाटले नाही. रोज दुकान उघडले की, एखादे भिकाऱ्याचे पोर आशेने दुकानासमोर उभे दिसायचे आणि सावकार त्याला एखादा पैसा द्यायचा. ही भिकाऱ्याचीच मुले आहेत असे सावकाराला वाटले. सावकार नेहमीच्या जागेवर येऊन बसला आणि नेहमीच्या सवयीप्रमाणे त्या मुलांना एकेक पैसा देऊ लागला; पण ती भिकाऱ्याची मुले नसावीत. ती आपला हात पुढे करीत नव्हती.

सावकाराला आश्चर्य वाटले. तो उद्गारला,

'अरे! जे दिले ते घ्यावे.'

सगळ्यात धाकटा मुलगा म्हणाला,

शेटजी! आम्ही भिकाऱ्याची पोरं नाहीत. आम्ही भीक मागायला आलो नाही. आम्हाला भीक नको आहे. फुकटचा पैसा नको आहे. रुपया दिला तरी नको. आम्हाला काही काम द्या! आणि कामाचे पैसे द्या!

त्या मुलाचे हे बाणेदार उत्तर ऐकले आणि सावकाराला आश्चर्य वाटले. त्याला ती मुले आवडली. त्याने विचारले,

कुणाची मुले आहात तुम्ही?

त्या मुलाने उत्तर दिले.

आम्ही शेटीबा गोरेची मुले आहोत.

गोरे? म्हणजे माळी. तुम्ही माळ्याची मुले आहात. नाव काय तुमचे?

मुलांनी नावे सांगितली. मोठ्याचे नाव होते राणोजी. मधल्याचे नाव होते कृष्णा आणि धाकट्याचे नाव होते गोविंदा.

सावकाराला नावेही आवडली आणि मुलेही आवडली. सावकार म्हणाला,

ठीक आहे. तुम्ही उद्या या! मी काम शोधतो.

उद्याची आशा घेऊन मुले परत गेली. सावकाराला नोकर हवेच होते. त्याच्या धंद्याचा व्याप मोठा होता; पण प्रामाणिक नोकर त्याला मिळत नव्हते. सावकार प्रामाणिक नोकरांच्या शोधात होताच. ही मुले त्याला प्रमाणिक वाटली. त्याने विचार केला, मुले प्रामाणिक दिसतात. विश्वासू दिसतात; पण यांना कोणते काम द्यावे? माळ्याची मुले आहेत. फुलांशी नाते आहे. फुलांच्या दुकानात

त्यांना ठेवावे का? नको! एकदम दुकानात बसवणे बरोबर नाही. सावकारी हिशोबाचे काम तर देताच येणार नाही. कारण ही शिकलेली नाहीत.

सावकाराने काही शेळ्या पाळल्या होत्या. त्याने विचार केला, या मुलांना शेळ्या चारण्याचे काम देऊ.

दुसऱ्या दिवशी ती मुले आशेने आली आणि सावकाराने त्यांना शेळ्या चारण्याचे आणि राखण्याचे काम दिले. मुलांना काम मिळाले आणि दामही मिळू लागला. रोजचा एकेक पै दाम!

बरेच दिवस मुले शेळ्यांमागे जंगलात जात होती. शेळ्या चारण्याचे आणि राखण्याचे काम निष्ठेने करीत होती. कामचुकार नव्हतीच ती! मुक्या प्राण्यांनाही त्यांनी जीव लावला होता.

एक दिवस नेहमीप्रमाणे मुले शेळ्या घेऊन जंगलात गेली आणि नेहमीच्या वाटेने संध्याकाळी शेळ्या घेऊन सावकाराकडे परत आली. शेळ्या सावकाराच्या स्वाधीन केल्या. सावकाराचे लक्ष गोविंदाकडे गेले.

गोविंदाने आज आपल्या ओंजळीत काही तरी आणले होते. आपली ओंजळ त्याने हृदयाशी धरून ठेवली होती. सावकाराने विचारले, ओंजळीत काय आणले? रानमेवा आणला वाटतं?

गोविंदाने आपली ओंजळ समोर केली आणि तो म्हणाला, 'मालक! रानफुले आणली आहेत. सुंदर फुले आहेत. आपल्या फुलांच्या दुकानात ठेवण्यासाठी आणली आहेत. फुलांत फुले शोभतील.'

सावकार तिरस्काराने म्हणाले, 'रानफुले? अरे ती रानटी फुले कशाला आणलीस? त्याला सुगंध तरी असतो का? अरे ती फुले रानातच शोभतात. फुलांच्या दुकानात नाही. देवालाही ती फुले आवडत नाहीत. माणसांना काय आवडणार? शेळ्यासुद्धा या फुलांना हुंगणार नाहीत. दे फेकून ती!'

गोविंदा हिरमुसला झाला. ती फुले त्याने फेकून दिली नाहीत. आपल्या हृदयाशी अधिकच घट्ट धरली. ती मुले घरी गेली.

झोपताना ती फुले गोविंदाने आपल्या हृदयाशी धरूनच ठेवली आणि तो विचार करू लागला,

ही जंगलातली फुलं रानफुलं. यांनी जंगलातच वाढावे! जंगलातच फुलावे आणि जंगलातच एक दिवस गळून पडावे! जनावरांच्या पायदळी तुडवले जावे! मातीमोल व्हावे! हेच याचे नशीब! हेच यांचे जिणे! देवाच्या डोक्यावर, पायावर यांना स्थान नाही! देवाला ही आवडत नाहीत! पण का? ही फुलेच आहेत ना? काटे तर नाहीत?

या प्रश्नाचे उत्तर त्याला मिळत नव्हते. रात्रभर गोविंदा या रानफुलांचाच विचार करीत होता. त्याला आपल्या आईची आठवण आली आणि नकळत त्याच्या ओंजळीतली फुले गळून पडली. आईच्या स्मृतीलाच ती वाहिली गेली.

सावकारालाही झोप येत नव्हती. रात्रभर त्याच्या मनात गोविंदाचाच विचार येत होता. या मुलांचाच तो विचार करीत होता- आपण गोविंदाला हिरमुसले केले. फुलासारखेच कोमल मन आहे या मुलांचे! प्रांजळ मुले आहेत ही! रानफुलांनाही जीव लावतात. गुणी मुले आहेत. ही मुलेसुद्धा रानफुलेच आहेत. दारिद्र्यात जन्मली, दारिद्र्यात वाढली आणि दारिद्र्यातच संपणार? नाही नाही! या रानफुलांना मी आता रानात पाठवणार नाही. या रानफुलांना माझ्या फुलांच्या दुकानातच ठेवीन, या विचाराने सावकाराला शांत झोप लागली.

दुसऱ्या दिवशी नेहमीप्रमाणे मुले आली. सावकार म्हणाले,

आजपासून तुम्ही रानात जायचे नाही. फुलांच्या दुकानात बसायचे. हे दुकान तुमचेच आहे.

मुलांचे चेहरे आनंदाने फुलले. अगदी फुलासारखे. रानफुले आनंदली.

अण्णा मास्तर म्हणाले, मुलांनो, ही मुले फुलांच्या दुकानात बसू लागली. फुलांच्या माळा करू लागली. गुच्छ करू लागली. सुबक सुंदर रचना करू लागली. याचा सुगंध सर्वदूर पसरू लागला. दूरवर ही फुले जाऊ लागली. सुगंध देऊ लागली. आनंद देऊ लागली. राजदरबाराचीही शोभा या फुलांनी वाढविली. मुलांच्या कलाकौशल्याची कीर्ती सर्वत्र पसरू लागली. या फुलांच्या संगतीतच मुले वाढू लागली. मोठी होऊ लागली. सारे जण या मुलांना फुलेच म्हणू लागली. साऱ्यांच्या जीवनात आनंद फुलवणारी फुले!

मुले फुले झाली. त्यांचे नावच फुले झाले. त्यांचा भाग्योदय झाला; पण हा भाग्योदय पाहण्यासाठी शेटीबा नव्हते आणि सावकारही नव्हता.

❑❑❑

२. चिमणाबाईचे डोहाळे

ती भरदुपारची वेळ होती. सूर्य माथ्यावर आला होता. आपल्या हजारो किरणांनी तो आगीसारखा तळपत होता. आगच ओकत होता. सर्वत्र कडक ऊन पडले होते. उन्हाळाच होता तो! तापलेल्या उन्हाळ्यातली ती दुपार होती.

तळपणारा सूर्य डोक्यावर घेऊन एक शेतकरी आपल्या शेतात राबत होता. त्याच्या शरीरातून घाम पाझरत होता. त्याला घामाचा पाझरच फुटला होता. त्याच्या घामाच्या थेंबाथेंबाने भूमातेला अभिषेकच होत होता. त्याला ऊन लागत नव्हते. त्याचे पाय भाजत नव्हते. तो थकला नव्हता. तळपणाऱ्या सूर्याचीच त्याला सावली होती. छाया होती. माया होती. कडक उन्हाळा त्याचा जिवाभावाचा मित्रच होता. उन्हाळा हा शेतकऱ्याचा त्राता असतो आणि पावसाळा शेतकऱ्याचा जीवनदाता असतो. उन्हाळा-पावसाळा शेतकऱ्यांची आराध्य दैवते असतात.

तो एक शेतकरीच होता. हाडाचा शेतकरी. त्याची सावता माळ्याची जात होती. खरे तर शेतकऱ्याला जात नसते. त्याला फक्त धर्म असतो. भूमातेची सेवा हाच त्याचा धर्म असतो. याच धर्माला तो नित्य जागत असतो. खरा भूदास असतो तो. नव्हे, खरा भूदेवच!

या शेतकऱ्याचे नाव काय होते माहीत आहे? गोविंदा! पण आता तो गोविंदा राहिला नव्हता. गोविंदराव झाला होता. त्याचे लग्नही झाले होते. त्यांनी

स्वतंत्र संसार थाटला होता. त्यांच्या मालकीचा एक मळा होता. भाजीपाल्याचे दुकान होते. आपल्याच मळ्यात ते काम करीत होते. कष्ट करीत होते.

गोविंदरावांनी डोक्यावरच्या सूर्याकडे डोळे भरून पाहिले आणि त्यांच्या मनात विचार आला, हा सूर्य तापतो. खूप तापतो म्हणून भूमातेवर अमृताचा वर्षाव होतो. ही काळी माय फळाफुलांनी, धनधान्याने फुलते, विहिरी-नद्यांना जीवन मिळते. साऱ्या सृष्टीचा सूर्य हाच जीवनदाता आहे. प्रकाशदाता आहे. सृष्टीचा निर्माताच आहे. खरा देव आहे.

न्याहारीची वेळ झाली होती. अजून न्याहारी घेऊन त्यांची पत्नी चिमणाबाई आली नव्हती. गोविंदरावांनी आपले काम थांबवले. जवळच्या ओढ्यावर जाऊन त्यांनी स्वच्छ हात-पाय धुतले. घोटभर पाणी प्या आणि त्यांच्या मनात आणखी एक विचार आला.

- हा ओढा कसा खळखळ वाहतो. या ओढ्यातले पाणी साऱ्यांचीच तहान भागवते. वाघाचीही तहान भागवते आणि शेळीचीही. जातपात पाहत नाही. तहानलेल्यांची तहान भागवणं एवढेच त्याला कळते. हाच त्याचा धर्म! आपल्या धर्माला तो नित्य जागत असतो.

गोविंदराव शेतात आले. एका झाडाच्या सावलीत ते बसले. ते रोजच या झाडाच्या सावलीत बसायचे. ते बाभळीचे झाड होते. त्या झाडाकडे पाहून त्यांच्या मनात एक विचार आला. हे बाभळीचे झाड. काटेरी झाड. काट्याने लदबदलेले आहे. आपल्या परीने देता येईल तेवढी सावली देतेच; पण त्याची सावली काटेरी नाही. सावलीला बसणाऱ्याला ती बोचत नाही. थंडावाच मिळतो. थकलेल्या-भागलेल्यांना सावली देणे हा झाडाचा धर्म असतो. हे काटेरी झाडसुद्धा आपल्या धर्माला जागते. सारा निसर्ग हाच एक धर्म आहे. निसर्गधर्म! झाडे सावली देतात. फुले सुगंध देतात. आनंद देतात. पाणी तहान भागवते. वारा प्राणवायू देतो. धरणी आधार देते. आकाश छाया देते.

आज त्याच्या मनात देवाधर्माचेच विचार येत होते. देवाधर्माचाच साक्षात्कार त्यांना होत होता. इतक्यात चिमणाबाई आलीच. आल्या-आल्या तिने आपल्या पतीसमोर शिदोरी ठेवली. ओढ्यावर जाऊन हात-पाय धुतले आणि ते लक्ष्मी-नारायण दुपारची न्याहारी खायला बसले.

गोविंदरावांना आता भूक लागली होती. त्यांनी शिदोरीची गाठ सोडली. शिदोरीत काय आणले आहे ते पाहिले आणि ते आनंदाने उद्गारले,

'वाऽऽ! चिमणे, आज खास माझ्या आवडीची भाजी आणली आहेस. तू माझ्याच आवडीचे पदार्थ करतेस. माझी आवड-निवड सदा बघतेस. तुला काय आवडते ते सांगतच नाहीत. तुझे डोहाळे सांग! मी सारे डोहाळे पुरवीन.'

चिमणाबाई लाजली आणि लाजतच म्हणाली,

'धनी, सांगू माझे डोहाळे?'

'सांग. आपल्याला राजाराम झाला त्या वेळेस तू डोहाळे सांगितले नाहीस. आता मोकळेपणाने सांग. मी तुझे सारे डोहाळे पुरवीन.'

चिमणाबाई म्हणाली,

'सांगूच?'

'सांगच!'

चिमणाबाईने आपले डोहाळे सांगितले. आपली इच्छा सांगितली. आपले स्वप्नच सांगितले. ती म्हणाली,

'धनी, मला मनापासून वाटते की, सूर्याची ज्योत होऊन अंधाराला प्रकाश द्यावा! झाड होऊन उन्हाने पोळलेल्या, कष्टाने थकलेल्या, भागलेल्या जिवांना थंडगार छाया द्यावी. गोरगरीब, दीन-दलित, पददलित जिवांना आकाश होऊन आकाशाएवढी माया द्यावी. नदी होऊन तहानलेल्यांना पाणी द्यावे! भुकेलेल्यांना अन्न द्यावे. उन्हात, पावसात, थंडीत उघड्यावर पडलेल्या जिवांना आश्रय द्यावा. दुधासाठी आकांत करणाऱ्या भुकेल्या, तान्हेल्यांची आई होऊन त्यांना हृदयात घ्यावे.'

चिमणाबाई आपले डोहाळे सांगत होती. गोविंदराव आश्चर्याने तिच्याकडे पाहत होते. पाहता पाहताच गोविंदराव उद्गारले,

'चिमणे, म्हणजे तुझ्यापोटी कुणी तरी महान आत्मा जन्माला येणार असे दिसते. चिमणे, तुझ्यापोटी महात्माच जन्माला येणार!'

दोघेही जन्माला येणाऱ्या महात्म्याच्या स्वप्नात सुखावून गेले. या सुखद स्वप्नाने त्यांचे मन भरून गेले. रखरखणारे ऊन आता बरेच कमी झाले होते. दोघेही स्वप्न बघत घरी आले.

११ एप्रिल १८२७ चा दिवस उगवला आणि चिमणाबाईच्या पोटी एक तेजस्वी सूर्यज्योत प्रकट झाली. त्या ज्योतीचे नाव होते जोती! जोतीराव फुले! महात्मा जोतीराव फुले! गोरगरीब, दीनदलित, उपेक्षित, बहिष्कृत मानवांच्या जीवनात आनंद फुलवणारे फुले! नवचैतन्य फुलवणारे फुले!

अण्णा मास्तरांनी गोष्ट संपवली. साऱ्या मुलांचे लक्ष महात्मा फुलेंच्या छायाचित्राकडे गेले. त्या महात्म्याच्या चेहऱ्यावर प्रसन्नता फुलली होती. या तेजस्वी ज्योतीला साऱ्या मुलांनी मनोभावे नमस्कार केला. ती ज्योत आपल्या मनात तेवत ठेवून मुले आपापल्या घरी गेली.

◻◻◻

३. ज्ञानाचा मळा!

जोती शाळेत जायला निघाला; पण त्याच्या हातात शाळेचे पुस्तक नव्हते. शाळेची वही नव्हती. शाळेचे दप्तर नव्हते. त्याच्या हातात एक कुदळ होती, एक फावडे होते आणि एक टोपले होते. हेच त्याचे दप्तर! आणि त्याची शाळा कोणती होती? मळा हीच त्याची शाळा! या शाळेत शिक्षक नव्हते, मुले नव्हती. फुलझाडे होती आणि फुले होती. विविध जातींची फुले. विविध रंगांची फुले. सुगंधी फुले. फुलांचाच मळा होता तो! जोती मळ्यात जायला निघाला.

आता तो अकरा वर्षांचा झाला होता. अजूनही शाळेत जाण्याचेच त्याचे वय होते. तसा तो शाळेत शिकलाही होता. चौथ्या वर्गापर्यंत त्याचे शिक्षण झाले होते. तो हुशार होता. देखणा होता, निरोगी होता आणि अत्यंत बुद्धिमान होता. पहिल्या वर्गात त्याचा पहिला नंबर आला होता. दुसऱ्या वर्गात त्याने पहिला नंबर सोडला नव्हता आणि चौथ्या वर्गात? चौथ्या वर्गात तर त्याला पूर्णच्या पूर्ण गुण मिळाले होते. त्याच्या इतके गुण तर कोणालाच मिळाले नव्हते.

गोविंदराव जोतीला वरच्या वर्गात घालणार होते. त्याला इंग्रजी शाळेत शिकवणार होते. जोती शिकेल तेवढे त्याला शिकवणार होते आणि जोतीही शिकता येईल तेवढे शिकणार होता. त्याला ज्ञानाचीच आवड होती.

जोतीला घेऊन गोविंदराव इंग्रजी शाळेत जायलाही निघाले होते. उत्साहाने निघाले होते. मोठ्या आनंदाने निघाले होते. जोतीच्या उज्ज्वल भविष्याचे स्वप्न पाहत निघाले होते. अगदी शाळेच्या जवळ ते आले होते; पण इतक्यात मांजर आडवी यावी तसा धर्म आडवा आला. धर्माने त्यांची वाट रोखली.

एक शास्त्रीबुवा वाटेतच त्यांना भेटले आणि त्यांनी गोविंदरावांना हटकलेच.

'गोविंदराव जोतीला घेऊन कुठे निघाला?'

गोविंदराव म्हणाले, 'शास्त्रीबुवा, जोती चौथा वर्ग पास झाला आहे. त्याला आता वरच्या वर्गात घालायचे आहे. इंग्रजी शाळेत घालायचे आहे.'

हे ऐकले आणि शास्त्रीबुवांची शेंडी हादरली. आपल्या शेंडीवरून हात फिरवून ते म्हणाले, 'गोविंदराव, अहो तुम्ही माळी आहात ना? मग मळ्याची वाट सोडून शाळेच्या वाटेला कशाला जाता? माळ्याचा मुलगा कितीही शिकला तरी तो पंडित होणार नाही. तो माळीच राहणार! मग त्याला माळीच राहू द्या ना! तुमचा जो जन्मजात धंदा आहे तोच त्याला शिकवा. वाडवडिलांचा उद्योग चालवणे हाच मुलांचा धर्म असतो. आपल्या धर्माची हीच शिकवण आहे नव्हे हीच धर्माज्ञा आहे! ही रूढी आहे. परंपरा आहे. कशाला मोडता? तुम्ही सरळ स्वभावाचे आहात. धार्मिक आहात, परंपरेने चालणारे आहात, धर्माचे पालन करणारे आहात. उगीच धर्माशी वैर कशाला घेता? माझा मित्र म्हणून तुम्हाला सल्ला आहे. मुलाला मळ्यातच घाला! शाळेत घालू नका!'

गोविंदरावांपुढे धर्मसंकट उभे करून शास्त्रीबुवा आपल्या मार्गाने निघून गेले. गोविंदराव धर्मसंकटात पडले. जोतीला शास्त्रीबुवांचा रागच आला.

गोविंदरावांना शास्त्रीबुवांचा सल्ला आवडला नव्हता. - माळ्याने माळीच राहावे! कुंभाराने कुंभारच राहावे, चांभाराने चांभारच राहावे, शेतकऱ्याने शेतकरीच राहावे. ही धर्माची शिकवण त्यांना पटली नव्हती. ही परंपरा असेल, पण धर्माज्ञा नाही. हे त्यांचे एक मन त्यांना सांगत होते; पण त्यांचे दुसरे मन धर्मभिरू होते. ते गोविंदरावांना सांगत होते,

'फिर मागे! पुढे जाऊ नकोस! उगीच धर्माशी वाद घालू नकोस. संघर्ष करू नकोस. पाण्यात राहून माशांशी वैर करू नकोस! तो तुझा पिंड नाही.'

संघर्ष हा गोविंदरावांचा पिंडच नव्हता. ते परंपरेने चालणारे होते. धर्मभिरू होते. त्यांनी आपल्या दुसऱ्या मनाचेच ऐकले. उगीच धर्माशी वितुष्ट नको, म्हणून ते मागे फिरले आणि जड पावलांनी परत आले. रात्रभर त्यांनी विचार केला आणि ठरवले, जोती बुद्धिमान आहे तसा तो उद्योगीही आहे. जोतीला मळ्यातच घालावे. मळा हीच त्याची शाळा! -

आणि मळा हीच जोतीची शाळा झाली. कुदळ, फावडे हे त्याचे दप्तर झाले. रोज सकाळी तो मळ्यात जायचा. आजही तो मळ्यात आला आणि नेहमीच्या उद्योगाला लागला. त्याचा रोजचा उद्योग होता. झाडाच्या आळ्यातला पालापाचोळा दूर करायचा. आजूबाजूचे उगीचच वाढलेले तण उपटून टाकायचे. झाडाचे शोषण करणारी आजूबाजूची झुडपे मुळांसकट उखडून काढायची. त्यांचे खोलवर रुजलेले बीज कुदळीने खोदून काढायचे. झाडाच्या उघड्या पडलेल्या मुळांवर काळी माती घालायची. झाडाला खोल आळे करायचे त्यात पाणी घालायचे. त्यांना जीवन द्यायचे. फुलवायचे! वाढवायचे! त्यांची जोपासना करायची. संवर्धन करायचे. दिवसभर जोतीचा हाच उद्योग चालायचा आणि रात्री?

रात्रीही तो स्वस्थ बसत नव्हता. जेवण झाले की, दिव्याच्या प्रकाशात तो एखादे पुस्तक वाचत बसायचा. त्याला वाचनाची आवड होती. गोविंदराव त्याला आवडीची पुस्तके आणून द्यायचे आणि जोती ती पुस्तके वाचायचा. मनापासून वाचायचा. वाचलेले मनात ठेवायचा. त्याचं मनन करायचा, चिंतन करायचा. जोतीने खूप-खूप पुस्तके वाचून काढली. संतांची चरित्रे, क्रांतिकारकांची चरित्रे, देवाची चरित्रे, देशभक्तांची चरित्रे!

दिवसा मळ्यात तो श्रमसाधना करायचा आणि रात्री त्याची ज्ञानसाधना चालायची. तीन वर्षे त्याची ही साधना अखंड सुरू होती.

एके दिवशी जोती दिव्याच्या प्रकाशात पुस्तक वाचत बसला होता. इतक्यात कुणाची तरी हाक ऐकू आली. बाहेरून कुणी तरी हाक देत होते, 'गोविंदराव.'

हाक ऐकून गोविंदराव बाहेर आले. त्यांनी पाहिले आणि आनंदाने ते उद्गारले, 'या, या! जोती, अरे आपले गफारबेग आणि लिजीट साहेब आलेत. या! आत या.'

गफारबेग आणि लिजीटसाहेब आत आले. गोविंदरावांनी एक घोंगडी अंथरली आणि ते म्हणाले, 'बसा!'

लिजीटसाहेब म्हणाले, 'गोविंदराव आम्ही बसायला आलो नाहीत. आम्ही एक सल्ला द्यायला आलो आहोत.'

'सल्ला?' गोविंदराव क्षणभर विचारातच पडले.

लिजीटसाहेब पुढे म्हणाले, 'आम्ही रोज बघतो तुमचा जोती रात्री पुस्तक वाचत बसतो. वाचनाची त्याला आवड दिसते. तो अभ्यासू आहे, जिज्ञासू आहे. त्याला शिकण्याची आवड दिसते. शाळा सोडून त्याला मळ्यात कशाला घातले? त्याला शाळेतच घाला. त्याच्या बुद्धीची माती करू नका!'

गोविंदराव म्हणाले, 'लिजीटसाहेब, तुम्ही माझ्या मनातलंच बोललात. जोतीने शिकावे, खूप शिकावे हीच माझी इच्छा आहे; पण शाळा सोडून त्याला तीन वर्षे झाली. तेरा वर्षांचा आहे तो आता. शिवाय माळ्याचा मुलगा! कोणती शाळा त्याला प्रवेश देईल?'

लिजीटसाहेब एकदम उद्गारले, 'आमची शाळा त्याला प्रवेश देईल. स्कॉटिश मिशन स्कूल. आमची शाळा जात, धर्म पाहत नाही. मुलाचे गुण पाहते, बुद्धिमत्ता पाहते, जिज्ञासा पाहते. जोतीला या शाळेत प्रवेश मिळेलच. क्यूँ गफारभाई?'

'हां। सही है।' गफारबेगनेही दुजोरा दिला.

हे दोघेही गोविंदरावांचे शेजारी होते, परधर्माचे होते; पण गोविंदरावांचे हितचिंतक होते. त्यांनी हिताचाच सल्ला दिला. गोविंदरावांच्या आशेला पालवी फुटली. त्यांनी जोतीला विचारले, 'जोती, तुला मळा आवडतो की शाळा आवडते?'

जोतीने चटकन उत्तर दिले, 'मला मळाही आवडतो आणि शाळाही आवडते. मळा ही माझी शाळाच आहे; पण शाळासुद्धा एक मळाच आहे. ज्ञानाचा मळा!'

जोतीच्या उत्तराने तिघांचीही मने सुखावली. थोड्याच दिवसांत जोतीला इंग्रजी शाळेत प्रवेश मिळाला. जोती पुन्हा शाळेत जाऊ लागला. आता त्याच्या हातात शाळेचेच दप्तर होते.

मळा ही त्याची शाळा होती. आता शाळा त्याचा मळा होणार होता. ज्ञानाचा मळा!

□□□

४. दोन मित्रांची प्रतिज्ञा

ते दोघे मित्र होते. जिवाभावाचे मित्र! एकमेकाला जीव लावणारे मित्र. एकाचे सुख ते दुसऱ्याचे सुख. एकाचे दुःख ते दुसऱ्याचे दुःख. पायात काटा रुतला तर अंतःकरणात कळ उठते. डोळ्यांत पाणी येते. हात पायातला काटा काढायला आपोआप धावून जातो. तशीच या दोन मित्रांची सहसंवेदना होती.

संवेदना एक. व्यथा एक. शाळा एक. आवडनिवड एक. सुख-दुःख एक. विचार एक आणि आचारही एकच होता. फक्त दोघांचे वय एक नव्हते. शाळेतला वर्ग एक नव्हता आणि जात एक नव्हती.

जोती माळी होता आणि सदाशिव गोवंडे ब्राह्मण होता; पण त्यांच्या मैत्रीत जात आडवी आली नाही. एका अर्थाने ते एकाच जातीचे होते. त्यांच्या विचारांची जात एक होती. उच्च विचारांची जात होती त्यांची.

या दोन मित्रांची नावे कळली ना? जोती आणि सदाशिव गोवंडे. दोघांनाही वाचनाची आवड होती. दोघांचेही दोन आदर्श युगपुरुष होते - शिवाजी महाराज आणि जॉर्ज वॉशिंग्टन! - या दोन्ही युगपुरुषांची चरित्रे त्यांनी वाचली होती. नुसती डोळ्यांनी वाचली नव्हती, मनाने वाचली होती. त्याचे मनन केले होते. चिंतन केले होते. या दोघांच्या आवडीचे आणखी एक पुस्तक होते. त्या पुस्तकाचे

नाव होते, 'मानवी हक्क' हे पुस्तक म्हणजे मानवधर्माचा एक पवित्र धर्मग्रंथच होता. या धर्मग्रंथाने त्यांना एक नवी प्रेरणा दिली होती. एक मंत्र दिला होता.

समता! बंधुता आणि स्वातंत्र्य!

या दोन मित्रांच्या मनात एक विचार घोळत होता. आपण कोणती प्रतिज्ञा करावी? शिवाजी महाराजांनी एक प्रतिज्ञा केली होती,

- मी मराठ्यांचे राज्य स्थापन करीन. महाराष्ट्र!

मराठा ही जात नव्हती. एक राष्ट्रधर्म होता! जे राष्ट्रासाठी हट्टाने मरण्यास तयार होते ते मरहट्टे! मराठे! आणि जे राष्ट्रासाठी आपले प्राण मावळून टाकत ते मावळे! मराठे आणि मावळे ही शिवाजी महाराजांची महान शक्ती होती - शिवशक्ती. ही शिवशक्ती जागृत करून शिवाजी महाराजांनी आपली प्रतिज्ञा पूर्ण केली होती.

जॉर्ज वॉशिंग्टन कोण होते? जॉर्ज वॉशिंग्टन अमेरिकेच्या स्वातंत्र्याची पहिली प्रेरक शक्ती होती. त्याने प्रतिज्ञा केली होती-

- मी अमेरिकेचे स्वातंत्र्य मिळवीन! -

जोती आणि सदाशिव यांच्या मनात एकच विचार घोळत होता - आपण कोणती प्रतिज्ञा करणार?

एके दिवशी हाच विचार करीत जोती आपल्या मित्राकडे निघाला. सायंकाळची वेळ होती. फिरण्याची वेळ! पण जोती हवा खायला निघाला नव्हता. फेरफटका मारायला निघाला नव्हता. तो आपल्या प्रतिज्ञेच्या शोधात निघाला होता.

त्याच वाटेने एक शेतकरी उसाची मोळी घेऊन येत होता. त्याला काय वाटले कुणास ठाऊक? त्याने जोतीला पाहिले, डोक्यावरची मोळी खाली ठेवली. मोळीतला एक जाड ऊस काढून जोतीला दिला आणि तो म्हणाला, 'माझ्या मळ्यातला हा पहिला ऊस तुला. खा! गोड आहे.'

शेतकऱ्याने प्रेमाने दिलेला ऊस जोतीने घेतला. तो शेतकरी मोळी डोक्यावर घेऊन आपल्या वाटेने निघून गेला आणि जोती पुढे निघाला. आता त्याच्या मनात शेतकऱ्याचा विचार आला.

- किती भोळा, भाविक आहे हा शेतकरी! आपल्या कष्टाचे पहिले फळ त्याने आपल्याला दिले. देणे हा शेतकऱ्याचा स्वभावगुणच आहे. त्यामुळेच त्याच्या कष्टाची फळे धनिक लोक लुटत असतात. शेतकरी भोळा असतो, भाविक असतो, अज्ञानी असतो. म्हणूनच दैन्य दारिद्र्याचाच तो वाटेकरी ठरतो. साऱ्या जगाचा हा पोशिंदा आहे, पण त्याची उपासमार होते.

जोतीच्या हातात ऊस होता आणि डोक्यात शेतकरी होता. विचार करीत जोती थोडा पुढे जात नाही तोच समोरून दोन इंग्रज अधिकारी येत होते. संध्याकाळची हवा खाऊन ते येत होते. जोतीने त्यांच्याकडे पाहिले न पाहिल्यासारखे केले आणि तो आपली वाट चालू लागला.

झाले! त्या दोन इंग्रज अधिकाऱ्यांना हा फार मोठा अपमान वाटला. ते इंग्रजी भाषेत काहीतरी बडबडले. जोतीला इंग्रजी येत होते, समजत होते. आपले इंग्रजी शिक्षण त्याने पूर्ण केले होते.

एक इंग्रज अधिकारी बडबडला होता, 'कोण हा गावंढळ धटिंगण? याला साधा शिष्टाचार नाही? आम्ही या देशाचे राजेलोक! आम्हाला नमस्कार न करता हा पुढे गेला.'

दुसरा अधिकारी बरळला होता - 'या देशातले सारे लोक गावंढळ आहेत. मेंढरांचा देश आहे हा!'

हे ऐकले आणि जोतीचा देशाभिमान जागृत झाला. त्याने हातातला ऊस गुडघ्यावर काडकन मोडला. उसाचे दोन कांडे दोन्ही हातात धरून तो त्या इंग्रज अधिकाऱ्यांच्या दिशेने धावून गेला आणि सारी शक्ती एकवटून त्यांच्या पाठीत दोन जबरदस्त रट्टे दिले.

ते अधिकारी घाबरले. त्यांनी मागे वळून पाहिले. जोतीने त्यांच्या हातावर, खांद्यावर सपासप दणके देणे सुरूच ठेवले. ते अधिकारी घायाळ झाले. त्यांना घाम फुटला. त्या घामाने त्यांचा सारा अपमान धुऊन निघाला. तेच जोतीला हात जोडून नमस्कार करू लागले आणि 'सॉरी! सॉरी!' म्हणून पळून गेले.

जोतीचा राग शांत झाला. त्याने हातातल्या उसाच्या कांड्याकडे पाहिले आणि तो उद्‍गारला हे उसाचे कांडे नाहीत, शेतकऱ्याचा बडगा आहे. शेतकऱ्याची

शक्ती आहे. या देशातला शेतकरी भोळा आहे, भाविक आहे, अज्ञानी आहे; पण त्याच्या शक्तीला आव्हान केले तर तो वाघ आहे.

हे उसाचे कांडे घेऊनच तो आपल्या मित्राकडे आला. सदाशिवला आश्चर्य वाटले. तो म्हणाला, 'जोती, रोज तू माझ्याकडे पुस्तक घेऊन येत असतो. आज हे उसाचे कांडे आणले?'

जोती म्हणाला, 'हे उसाचे कांडे नाहीत, शेतकऱ्याचा बडगा आहे, शक्ती आहे. या बडग्यानेच आज दोन उर्मट इंग्रज अधिकाऱ्यांची पाठ नरम केली.'

जोतीने घडलेली घटना मोठ्या अभिमानाने सांगितली. घटना ऐकली आणि सदाशिवला आपल्या मित्राचा अभिमान वाटला. तो म्हणाला, 'हा बडगा इंग्रजी राजसत्तेच्याही पाठीत बसायला हवा.'

जोती म्हणाला, 'त्याआधी तो धर्मसत्तेच्या पाठीत बसायला हवा. ही धर्मसत्ताच दीनदलित, गोरगरीब, अज्ञानी, भोळ्याभाबड्या बहुजनांचा शत्रू आहे. मी आज प्रतिज्ञाच करतो -

- आजपासून मी माझे संपूर्ण जीवन माझ्या अज्ञानी देशबांधवांच्या उद्धारासाठीच समर्पित करीन. -

जोतीच्या मित्रानेही याच प्रतिज्ञेचा उच्चार केला. दोन मित्रांची प्रतिज्ञा एकच होती.

'अज्ञानी देशबांधवांचा उद्धार!'

अण्णा मास्तर म्हणाले, "मुलांनो, जोती बुद्धिमान होता. तसाच तो शक्तिमानही होता. तो शाळेत गेला होता. व्यायामशाळेतही गेला होता. महान देशभक्त लहुजी उस्ताद त्याचे उस्ताद होते."

गोष्ट संपली तरी मुले उठत नव्हती. त्यांना काही तरी बोलायचे होते. एक मुलगा बोललाच, 'सर! रविवार म्हणजे काय?'

अण्णा मास्तरांनी उलट प्रश्न विचारला, "रवी म्हणजे काय?"

'सूर्य!...' साऱ्या मुलांनी एका सुरात उत्तर दिले.

'मग रविवार म्हणजे सूर्याचा वार.'

तो मुलगा पुन्हा म्हणाला, "सर, सूर्य तर रोजच उगवतो. रोजच रविवार असतो."

मुलांचा चलाखपणा अण्णा मास्तरांनी ओळखला. ते हसले आणि म्हणाले, ''ठीक आहे. उद्यापासून आपला रोजचा वार रविवार! रोजचा वार गोष्टीचा वार!''

मुलांनी टाळ्या वाजवल्या आणि त्याच आनंदात ते घरी गेले. आता अण्णा मास्तर रोज गोष्टी सांगणार होते.

☐☐☐

५. ज्योत झाली मशाल!

आता अण्णा मास्तर रोजच गोष्टी सांगणार होते. रोजचाच वार गोष्टीचा वार होता. अण्णा मास्तर आजची गोष्ट सांगू लागले.

'हो! ज्योत आता ज्योत राहिली नव्हती. तिने मशालीचे रूप धारण केले होते. ती मशालच झाली होती; पण ही मशाल कुठे आग लावणार नव्हती. ही मशाल कुठे जाळपोळ करणार नव्हती. आता ती चारी दिशांचा अंधार उजळून टाकणार होती. सर्वांना प्रकाश देणार होती. आता बाहेरच्या तुफानालाही ती भिणार नव्हती. जेवढं तुफान होईल तेवढी ही मशाल अधिक प्रज्वलित होणार होती. अधिक तेजस्वी होणार होती. घों- घों करणारे झंझावाती वादळ आता तिला विझवू शकणार नव्हते. आता ती इवलासा मिणमिणता प्रकाश देणारी ज्योत राहिली नव्हती. मशाल झाली होती. तेजस्वी मशाल!'

त्या मशालीचे नाव होते जोती! जोतिबा! जोतीला आता सारे जोतिबा म्हणत होते. आपणही जोतिबाच म्हणू. एक भयंकर घटना घडली आणि ज्योत मशाल झाली.

त्याचे असे झाले. जोतिबाच्या एका मित्राचे लग्न होते. आपल्या लग्नाचे खास निमंत्रण त्याने जोतिबाला दिले होते. अगदी घरी येऊन दिले होते. आग्रहाने दिले होते.

'जोतिबा! माझ्या लग्नाला यायचं हं!'

जोतिबा म्हणाला होता, ''यायचे म्हणजे? येणारच!''

आणि जोतिबा मोठ्या आनंदाने मित्राच्या लग्नाला गेला. सारे वऱ्हाडी जमले. लग्नाची वरात निघाली. उच्च जातीच्या लोकांचीच ती वरात होती. वरातीत स्त्रिया होत्या. मुले होती. पुरुष होते. साऱ्यांनी उंची पोशाख चढवले होते. पुरुषांच्या डोक्यात पुणेरी पगड्या होत्या. त्याला रेशमी झुलपे होती. अंगात लांब रेशमी कोट होता. खांद्यावर जाड काठाचे रेशमी उपरणे होते. पुणेकरांचीच ती वरात होती. सारे छाती पुढे काढून ऐटीत चालले होते. मोठ्या अभिमानाने चालत होते. त्यांचा अभिमान एकच होता- आमची जात श्रेष्ठ! आमचे विचार श्रेष्ठ. आमचे आचार श्रेष्ठ. आमचा धर्म श्रेष्ठ. आमच्या बरोबरीचे कुणीच नाही. या भूमीवरचे आम्ही भूदेव आहोत.

या भूदेवांच्या वरातीत एक भूदास होता. त्याचा पोशाख साधा होता. धोतर, सदरा डोक्यावर पागोटे आणि खांद्यावर जाड्याभरड्या घोंगडीची घडी. अस्सल शेतकऱ्याचा पोशाख होता तो!

कोण होता तो?

आपला जोतिबा!

जोतिबा वरातीत सामील झाला होता. साऱ्यांच्या बरोबरीने चालत होता. त्याला उगीचच छाती पुढे काढून चालण्याची गरज नव्हती. त्याची छाती भरदार होती. दंड पिळदार होते. बलदंड होता तो! व्यायामपटूच होता. तो ऐटीत चालत नव्हता. आनंदात चालत होता. उत्साहात चालत होता.

चालता-चालता एका पुणेरी पगडीवाल्याच्या बरोबरीने तो चालू लागला. ते एक शास्त्रीबुवा होते. धर्मपंडित! शास्त्रीबुवांचे लक्ष जोतिबाकडे गेले आणि तिरस्काराने त्यांनी विचारले,

''तू माळी आहेस ना?''

जोतिबा म्हणाला, ''हो!''

शास्त्रीबुवा जोतिबावर खेकसून म्हणाले,

''अरे, तू हीन जातीचा असून आमच्या बरोबरीने चालण्याचे धाडस करतोस? चल हट मागे आणि वरातीच्या मागून चल.''

आणि शास्त्रीबुवा हळू आवाजात पुटपुटले,

"अगदी लाज शरमच सोडली या शूद्र, अतिशूद्र जातीने. काही धर्म कळतो की नाही या हलकटांना? उद्या आमच्या पंक्तीत जेवायलाही बसतील हे!"

हे जळजळीत उद्गार जोतिबाच्या कानावर पडलेच. शास्त्रीबुवाचे शब्द जोतिबाच्या जिव्हारी लागले. त्याला भयंकर क्रोध आला. या शास्त्रीबुवाची पगडी काढून शेंडी उपटावी असे त्याला क्षणभर वाटले; पण आपल्या मित्राच्या लग्नात गोंधळ नको म्हणून त्याने आपला आवेश आवरला; पण क्रोध मात्र त्याला आवरता आला नाही. त्याचा भयंकर अपमान झाला होता. तो भयंकर क्रोधाविष्ट झाला. त्याचे डोळे लाल झाले. सारे शरीर क्रोधाने थरथरू लागले. तो तसाच घरी परत आला.

त्याने आपल्या 'बा' ला पाहिले आणि त्याच्या डोळ्यात अश्रू उभे राहिले. ते वेदनेचे अश्रू होते. त्याला अतिशय वेदना झाल्या होत्या. दुःख झाले होते. क्रोध तर पेटलाच होता. साऱ्या भावना एकवटून आल्या होत्या. त्याचे शरीर थरथरत होते. त्याच्या तोंडातून शब्दच फुटत नव्हता.

गोविंदरावांनी त्याची अवस्था पाहिली. ते घाबरून गेले. ते जोतिबाच्या जवळ गेले. त्याच्या पाठीवरून हात फिरवला आणि त्यांनी विचारले,

"जोती, काय झाले?"

आता जोतिबाच्या क्रोधाला शब्द फुटले. ते शब्द नव्हतेच. ते फुललेले निखारे होते. जोतिबा बोलू लागला,

"आम्ही हीन जातीचे? हलकट जातीचे? यांची उच्च जात? आकाशातून पडले का हे? यांच्या बरोबरीने चालणे हा गुन्हा झाला? त्यांनी माझा अपमान केला. माझ्या जातीचा अपमान केला. मी हा भयंकर अपमान सहन करणार नाही."

गोविंदरावांच्या एकूण प्रकार लक्षात आला. त्यांनी जोतिबाला धीर दिला आणि ते उद्गारले,

"जोती, हा अपमान सहनच करावा लागतो. आपण हीन जातीचे आहोत. ते श्रेष्ठ जातीचे आहेत. त्यांच्या बरोबरीने आपल्याला चालता येणार नाही.

त्यांनी पुढे-पुढेच जावे आणि आपण मागे-मागेच राहावे. हीच परंपरा आहे. हीच प्रथा आहे. हीच धर्माची शिकवण आहे."

जोतिबा ताडकन उद्गारला,

"ही खऱ्या धर्माची शिकवण नाही. हा अधर्म आहे. अन्याय आहे. यांनीच ही परंपरा निर्माण केली आहे आणि पिढ्यान्पिढ्या आपण यांचे गुलाम राहिलो आहोत."

जोतिबाचा क्रोध वाढतच होता. त्याला शांत करीत गोविंदराव म्हणाले,

"जोती, हे मलाही कळते; पण मी धर्माचा कोप पाहिला आहे. अनुभवलेला आहे. नशीब! त्यांनी तुझा अपमानच केला. पेशव्यांच्या राज्यात या गुन्ह्याला एकच शिक्षा होती - मृत्युदंड! आपण धर्माला भिऊनच राहिले पाहिजे. धर्माशी वैर करू नये. धर्माचा कोप ओढवून घेऊ नये. शांत हो!"

आपल्या 'बा' चा हा धर्मभिरूपणा जोतिबाला आवडला नाही. त्याचा क्रोध अधिकच उफाळून आला. पण तो पुढे काहीच बोलला नाही. निघून गेला. आपली घोंगडी त्याने जमिनीवर टाकली आणि त्यावर तो पडून राहिला.

गोविंदरावांचे डोळे पाणावले. त्यांना आपल्या पत्नीची आठवण आली. चिमणाबाईची. जोतिबाच्या आईची आठवण! तिचे डोहाळे आठवले. ते एवढेच उद्गारले,

"चिमणे, आज तू हवी होतीस."

रात्र झाली. जोतिबाचा क्रोध शांत झाला नव्हता. त्याला तर आपली आई आठवतही नव्हती. कशी आठवणार? तो एक वर्षाचा असतानाच त्याच्या आईने जगाचा निरोप घेतला होता. गोविंदरावच त्याची आई झाले होते.

रात्रभर जोतिबा अस्वस्थच होता. आपल्या वडिलांचा त्याला राग आला नाही. आश्चर्य वाटले. तो मनाशी उद्गारला,

"आपल्या 'बा' नेही या अनिष्ट रूढी-परंपरेचे पाईक व्हावे?"

जोतिबाच्या मनात विचारांचे काहूर माजले होते. विचारांच्या लाटाच त्याच्या मनात उसळून आल्या.

- आमची हीन जात? आणि यांची श्रेष्ठ जात? आमचा यांना विटाळ होतो? आम्ही आमच्याच हाताने मळ्यात कष्टाने पिकवलेली भाजी यांना चालते. भाजीपाल्याचा विटाळ यांना होत नाही? शेतकऱ्याने कष्टाने पिकवलेले धान्य यांना चालते. चांभाराची चामड्याची चप्पल यांना चालते. आमच्या कष्टावरच हे पोसले जातात. खरे तर आम्हीच यांचे पोशिंदे आहोत. आमचीच जात यांच्यापेक्षा श्रेष्ठ आहे. भूमीला आमचा विटाळ होत नाही. आम्ही हीन जातीचे म्हणून या धरणीचा कधी कंप होत नाही. सूर्याने कधी आम्हाला अंधार दिला नाही आणि यांना आमच्या सावलीचाही विटाळ होतो? म्हणे हा धर्म! जो जात पाहतो तो धर्मच नाही. अधर्म आहे. -

सारा समाजच हजारो वर्षांपासून या परंपरेचा अधर्माचा गुलाम झालेला आहे; पण हजारो वर्षांपासून हा समाज ही गुलामगिरी का सहन करतो?-

समाज अज्ञानी आहे. अज्ञान म्हणजे अंधार! या अंधारात समाज आंधळा झाला आहे. डोळे असून आंधळा झाला आहे.

हजारो वर्षांपासून ज्ञानमंदिराचे दरवाजे आमच्यासाठी बंद ठेवले आहेत. का? आम्ही अज्ञानात राहावे म्हणून? पण आता आम्ही अज्ञानात राहणार नाही. अंधारात राहणार नाही. हे अज्ञान मी दूर करीन. हा अंधार मी दूर करीन. या अनिष्ट परंपरेचे मूळच मी उखडून काढीन.

जोतिबाच्या मनात विचारांवर विचार उचंबळून येत होते. आता क्रोधाची जागा निर्धाराने घेतली आणि त्याने आपल्या मनाशी निर्धार केला,

- मी या रूढीविरुद्ध बंडाची गुढी उभारीन. क्रांतीची मशाल हाती घेईन. धर्मक्रांतीची मशाल! समाजक्रांतीची मशाल! आता हा जोती मिणमिणता प्रकाश देणारी ज्योत राहणार नाही. मशाल होईल. तुफानी वादळातही ती विझणार नाही. प्रज्वलितच होईल.

- ज्योत मशाल झाली.

नवा दिवस उगवला. नवी पहाट उगवली. नवा सूर्य प्रकटला. तो सूर्य क्रांतिसूर्य होता.

❑❑❑

६. ज्ञ ज्ञानाचा ज्ञ

हजारो वर्षांपासून धर्मभोळी माणसे अज्ञानयुगात जिवंत मरणच जगत होती. एकच पाठ पिढ्यान्‌पिढ्या ती घोकत होती, एकच धडा गिरवत होती,

- अ अज्ञानाचा अ! -

पण आता त्यांना एक नवा पाठ मिळणार होता. नवा धडा मिळणार होता. नवी दृष्टी मिळणार होती. नवा प्रकाश मिळणार होता. नवे जीवनच मिळणार होते. त्यांचे अज्ञानयुग संपणार होते. अंधारयुग संपणार होते.

जोतिबाने या धर्मभोळ्या माणसांना एक नवा धडा दिला. नवा पाठ दिला.

- ज्ञ ज्ञानाचा ज्ञ!

एक नवा पाठ देत जोतिबा दलित वस्तीतून फिरत होते.

एक दिवस जोतिबा दलित वस्तीत आले आणि त्यांना कळले

दलित वस्तीत एक मुलगा आहे. हुशार आहे. बुद्धिमान आहे. गुणी आहे. सालस आहे. चौथ्या वर्गात पहिल्या क्रमांकाने पास झाला आहे. त्याला इंग्रजी शिकण्याची तीव्र इच्छा आहे. या मुलाचे नावच ज्ञाना आहे. या मुलाला कोणत्याच शाळेत प्रवेश मिळत नाही. त्याच्याजवळ गुणवत्तेचे प्रमाणपत्र आहे;

पण त्याच्या कपाळावर एक पक्का शिक्का आहे. हा शिक्काच त्याला शिकू देत नाही. ज्ञानमंदिरात ज्ञानालाच प्रवेश नाही.

जोतिबा ज्ञानाच्या झोपडीत गेला. त्याने ज्ञानाला पाहिले. त्याची ज्ञानलालसा पाहिली. दलित वस्तीत ज्ञान उदयाला येत आहे याचा त्यांना आनंद झाला. त्यांनी ज्ञानाला दिलासा दिला आणि सांगितले, तुझ्यासाठी मी शाळा शोधीन. अशी ज्ञानलालसा निर्माण व्हायला हवी. ती तृप्त व्हायला हवी. असेच ज्ञाना प्रकट व्हायला हवेत आणि ते आता होतील.

ज्ञानाची आशा पालवली.

घरी आल्यावर जोतिबा विचार करू लागले - ज्ञानासाठी कोणती शाळा असेल? आणि एकदम जोतिबाला एका मित्राची आठवण झाली. त्याचा चेहरा आनंदाने उजळला. या मित्राचे नाव होते,

मरे मिचल! -

मिचल साहेबांची एक शाळा होती. इंग्रजी शाळा होती ती! मिचल साहेबांची शाळा म्हणूनच ती प्रसिद्ध होती. हुशार मुलांचीच शाळा होती ती! मिचल साहेब विद्यार्थ्यांची जात विचारत नव्हते. फक्त बुद्धी पाहत होते. ज्ञानलालसा पाहत होते. त्यामुळे त्या शाळेत हुशार मुलांचीच भरती होती. जोतिबाला खात्री होती मिचल साहेबांच्या शाळेत ज्ञानाला प्रवेश मिळेल.

जोतिबाने आपल्या या मित्राला एक चिठ्ठी पाठवली.

- मित्रा, मी एक हुशार मुलगा तुमच्या शाळेत पाठवीत आहे. त्याचे नावच ज्ञाना आहे. त्याची ज्ञानलालसा तुझ्या शाळेतच तृप्त होईल.

ज्ञानाची सारी माहिती जोतिबाने चिठ्ठीत कळवली होती. त्याला खात्री होती, ज्ञानाला प्रवेश मिळेल. ज्ञानापासून अनेक ज्ञानी प्रेरणा घेतील.

मिचल साहेबांना जोतिबाची चिठ्ठी मिळाली. जोतिबाच भेटल्याचा त्यांना आनंद झाला आणि ते ज्ञानाची वाट पाहू लागले.

एक दिवस ज्ञाना आला. एकटाच आला. फार मोठी आशा घेऊन आला. सारी तयारी करून आला. जोतिबानेच त्याला पाठवले होते. एकटेच पाठवले होते.

त्या दिवशी शाळेची नित्याची प्रार्थना झाली. मुले आपापल्या वर्गात जाऊन बसली. आता शाळेच्या प्रांगणात कुणीच नव्हते. मिचल साहेबांनी प्रांगणात एक चक्कर मारली आणि ते आपल्या कार्यालयात जाणार, इतक्यात सहज त्यांचे लक्ष शाळेच्या फाटकाकडे गेले. त्यांनी पाहिले,

फाटकापाशी एक मुलगा उभा होता. शाळकरी मुलासारखे त्याचे कपडे होते. साहेबांनी ओळखले,

- हा जोतिबाचा ज्ञानाच असावा! -

साहेबांनी शिपायाला सांगितले,

"शिपाई, फाटकापाशी तो मुलगा उभा आहे. त्याला माझ्या खोलीत घेऊन ये."

शिपायाने आज्ञेचे पालन केले. ज्ञानासाठी शाळेचे फाटक उघडले गेले. ज्ञानाला आनंद झाला. या आनंदातच तो साहेबाच्या खोलीत आला. साहेबांना नमस्कार केला. साहेब म्हणाले,

"तुझे नाव ज्ञाना आहे?"

ज्ञाना म्हणाला, "हो!"

बैस. साहेबांनी त्याला बसायला सांगितले; पण ज्ञाना बसला नाही. साहेबांना त्याचा हा शिष्टाचार आवडला. साहेबांनी त्याच्या बुद्धीची चाचणी घेतली. त्याला बरेच प्रश्न विचारले. साऱ्या प्रश्नांची उत्तरे ज्ञानाने दिली. ज्ञानाच्या वागण्याची परीक्षा झाली. बुद्धीचीही परीक्षा झाली आणि ज्ञानाला शाळेत प्रवेश मिळाला. आता त्याची ज्ञानलालसा पूर्ण होणार होती. आता तो इंग्रजी शिकणार होता. अभ्यास करणार होता आणि पहिल्या क्रमांकाने पास होण्याची जिद्द ठेवणार होता. कोणास ठाऊक, काय होणार होते ते?

एक दिवस नेहमीप्रमाणे शाळेची प्रार्थना झाली; पण मुले आपापल्या वर्गात गेली नाहीत. फक्त ज्ञानाच आपल्या वर्गात जाऊन बसला. सारी मुले साहेबांच्या खोलीपाशी एकत्र आली. साहेबांना आश्चर्य वाटले; पण अंदाज आला. ते म्हणाले,

"अरे, आज वर्गात जायचे नाही का?"

सारी मुले हिंमत धरूनच आली होती. काय बोलायचे ते ठरवूनच आली होती. एकाच आवाजात सारी उद्गारली,

"सर, आम्ही वर्गात जाणार नाही."

साहेब म्हणाले,

"का? काही तक्रार आहे का?"

एक मुलगा धीटपणे म्हणाला,

"हो सर, एक तक्रार आहे."

"कोणती तक्रार?"

तो मुलगा म्हणाला,

"सर, आपल्या शाळेत एक मुलगा आला आहे."

साहेब म्हणाले,

"हो, हुशार मुलगा आहे तो. त्याचे नावच ज्ञाना आहे. हुशार मुलांचीच शाळा आहे ही."

सारी मुले एका आवाजात उद्गारली,

"पण सर, त्याची जात!"

साहेबांना मुलांच्या तक्रारीची कल्पना आली. ते म्हणाले,

"तुमच्याच तर जातीचा आहे तो!"

"नाही सर, तो दलित आहे."

साहेब ताडकन उत्तरले,

"या शाळेत कुणी दलित नाही, कुणी ब्राह्मण नाही. सारे एकाच जातीचे आहेत, साऱ्यांची एकच जात आहे - विद्यार्थी! - जा! वर्गात जाऊन बसा. नाही तर साऱ्यांना दंड करीन."

त्या दिवशी तर मुले वर्गात जाऊन बसली; पण दुसऱ्या दिवशी पुन्हा साहेबांच्या खोलीजवळ जमा झाली. आज मात्र ती माघार घेणार नव्हती. एक ठाम निर्धार करूनच ती आली होती. साहेबांनी विचारले,

"आता कोणती तक्रार आहे?"

साऱ्या मुलांच्या वतीने आज एकच मुलगा बोलणार होता आणि सारे त्याला साथ देणार होते. तो मुलगा बोलला,

"सर, ज्ञाना दलित आहे. त्याचा रोज आम्हाला विटाळ होईल. रोज आम्हाला अंघोळ करावी लागेल. आमचे आई-बाप आम्हाला रागावतील. हा रोजचा त्रास आम्ही सहन करणार नाही."

साहेबांना आश्चर्य वाटले. ते म्हणाले,

"ज्ञाना शेवटच्या बाकावर बसेल. तो तुम्हाला शिवणार नाही. तुम्ही त्याला शिवू नका. तो त्याचा अभ्यास करील. तुम्ही तुमचा अभ्यास करा. तो तुम्हाला त्रास देणार नाही. तुम्ही त्याला त्रास देऊ नका. जा! वर्गात जाऊन बसा."

मुले जागची हललीच नाहीत. अगदी पक्का निर्धार करूनच ती आली होती. तो मुलगा त्याच निर्धाराने म्हणाला,

"सर, तो मुलगा या शाळेत नकोच. त्याची सावलीही नको. तो या शाळेत राहणार असेल तर आम्ही या शाळेत राहणार नाही. आम्हीच शाळा सोडून जाऊ!"

मुलांनी शेवटचा निर्धार बोलून दाखवला आणि सारी मुले वर्गात जाऊन बसली.

साहेबांसमोर धर्मसंकट उभे राहिले. ते विचारात पडले. ज्ञानाला शाळेतून काढण्याची त्यांची मुळीच इच्छा नव्हती; पण सारी मुलेच शाळा सोडून गेली तर? साहेबांपुढे कठीण पेच निर्माण झाला. काय करावे? त्यांना कळेना. त्या दिवशी शाळेच्या कामात त्यांचे लक्ष लागले नाही. ते लवकरच घरी गेले. रात्रभर विचार करीत बसले. काय करावे? आणि एक मार्ग त्यांना सुचला आणि त्यांनी तसेच करायचे ठरविले.

- ज्ञानाला आपल्या खोलीत बसवायचे. आपणच त्याला शिकवायचे. ज्ञानाची शाळा सकाळी आणि इतरांची शाळा दुपारी. ज्ञानाच्या सावलीशीही कुणाचा संबंध येणार नाही. ज्ञाना शिकेल.

दुसऱ्या दिवशी नेहमीप्रमाणे शाळेची प्रार्थना झाली. मुले आपापल्या वर्गात गेली. साहेबांनी टेबलावरची घंटी वाजवली. शिपाई हजर झाला. साहेब म्हणाले,

"पाचव्या वर्गात जा आणि ज्ञानाला बोलावून आण."

शिपाई पाचव्या वर्गात जाऊन आला आणि साहेबांना म्हणाला,

"साहेब, ज्ञाना आज शाळेत आलाच नाही."

हे ऐकले आणि मिचल साहेब सुन्न झाले. ते सुन्नपणे उद्गारले,

"ज्ञाना आता कधीच शाळेत येणार नाही. खरंच! ज्ञानाच ज्ञानी आहे. बाकी सारी मुले अज्ञानी आहेत. त्यांचे आई-बापही अज्ञानी आहेत."

खरेच होते ते! ज्ञाना समजायचे ते समजला होता. तोच शाळेत आला नाही. कधीच शाळेत आला नाही. मिचल साहेबांना धर्मसंकटातून त्यानेच सोडवले.

जोतिबांना हे कळले. त्यांना फार वाईट वाटले. चीडही आली. त्यांनी ठरवले,

- खालच्या जातीत जन्माला आलेल्या ज्ञानाला ज्ञानमंदिरेच नाहीत. असे असंख्य ज्ञाना असतील. त्यांच्यासाठी आता मीच ज्ञानमंदिर उभारणार!

ते आपल्या पत्नीला म्हणाले,

"सावित्रे, आता मीच शाळा काढणार!"

सावित्री म्हणाली,

"कुणासाठी?"

जोतिबा म्हणाले,

"दलितांच्या मुलांसाठी. जे जे उपेक्षित असतील, ज्ञानवंचित असतील, त्यांच्यासाठी."

सावित्री म्हणाली,

"त्यांना शिकवणार कोण?"

जोतिबा म्हणाले,

"मीच शिकवणार."

सावित्री विचारात पडली. जोतिबा म्हणाले,

"कसला विचार करतेस?"

सावित्री म्हणाली,

"मुलींचा! मुलींसाठीसुद्धा शाळा काढायला हवी. स्त्रीजातीलासुद्धा शाळेचे दरवाजे बंद आहेत. ज्ञानाची कवाडे बंद आहेत. त्यांच्यासाठी शाळाच नाही. शिक्षणच नाही. त्यांना एकच शिक्षण आहे - चूल आणि मूल! रांधा, वाढा आणि उष्टे काढा! घराचा उंबरठा ओलांडण्यास त्यांना बंदी आहे. घरातच त्यांनी बंद राहावे. घर म्हणजे स्त्रियांची बंदिशाळा आहे. स्त्रीसुद्धा या धर्मपरंपरेची गुलाम आहे. दासी आहे. या दास्यातून तिचीसुद्धा मुक्तता व्हायला हवी. एक मुलगी शिकली तर कुटुंब शिकेल. एक कुटुंब शिकले तर समाज शिकेल. राष्ट्र शिकेल."

जोतिबा सावित्रीबाईकडे आश्चर्याने पाहू लागले. ते म्हणाले,

"सावित्रे, तू किती मोलाचे बोललीस! मुलींचीच शाळा काढली पाहिजे; पण मुलींना शिकवणार कोण?"

सावित्री म्हणाली,

"मी शिकवीन!"

जोतिबाला किंचित हसू आले; पण गंभीरपणेच ते म्हणाले,

"पण तुला कोण शिकवणार?"

सावित्री आत्मविश्वासाने म्हणाली,

"तुम्ही शिकवा. मी शिकेन आणि शिकवेन."

जोतिबाला एक नवा विचार मिळाला. नवी प्रेरणा मिळाली आणि जोतिबाने पहिली शाळा आपल्याच घरी सुरू केली. पहिली मुलींची शाळा! या शाळेचे पहिले शिक्षक होते

- जोतिबा! -

आणि पहिली विद्यार्थिनी होती -

- सावित्री! -

अण्णा मास्तर म्हणाले,

सावित्रीने अखंड ज्ञानसाधना केली. १८४८ साली भिड्यांच्या वाड्यात जोतिबाने मुलींची शाळा काढली. सावित्रीबाई पहिली शिक्षिका झाली. रूढी-परंपरेच्या बंधनातून मुक्त होऊन मुली या शाळेत शिकू लागल्या.

हजारो वर्षांपासून 'च चुलीचा च', 'म मुलाचा म', 'प पतीचा प' हेच धडे गिरवणाऱ्या मुली, स्त्रिया नवा धडा गिरवू लागल्या,

– ज्ञ ज्ञानाचा ज्ञ! –

□□□

७. जोतिबाने घर सोडले

अण्णा मास्तर आजची गोष्ट सांगू लागले.

सूर्य उगवला आणि रात्रीचा अंधार दूरदूर पळू लागला. दाही दिशांना प्रकाश देत सूर्य आपली वाट चालू लागला. त्याला गर्व नव्हता. आपल्या कर्तव्याचा अत्यानंद होता. कुठे अंधार राहू नये हीच त्याची इच्छा होती.

सारे आकाश कसे स्वच्छ होते; पण नाही म्हणायला काही ढगांची पळापळ सुरूच होती. हे ढग काळ्या रंगाचे होते. दिसायलाही काळे आणि असायलाही काळेच. हे पावसाचे ढग नव्हते. पावसाळी ढग नव्हते. त्यांच्यात पाणी नव्हते. स्वार्थ होता. हे आकाश आपलेच आहे, आपणच या आकाशाचे धनी आहोत असे त्यांना वाटत होते. सूर्याचा प्रकाश त्यांना सहन होत नव्हता; पण सूर्याच्या प्रकाशाला ते झाकू शकत नव्हते. सूर्याची वाट ते अडवू शकत नव्हते. सूर्य वरवर चढतच होता. या काळ्या ढगांची पळापळ सुरूच होती. सूर्य आपले कर्तव्य करीत होता.

एका मंदिरात एक सभा भरली होती. विद्येच्या देवतेचे ते मंदिर होते, श्री गणेशाचे मंदिर! विघ्नहर्त्याचे मंदिर!

धर्ममार्तंडांचीच ती सभा होती. मोठमोठे धर्माधिकारी सभेत बसले होते. साऱ्यांच्या चेहऱ्यावर एक फार मोठी चिंता होती - धर्माची चिंता!

- आता धर्माचे काय होणार? धर्म बुडाला. धर्म बुडाला!-

- एक फार मोठे संकट धर्मावर आले होते. या संकटाचे नाव होते जोतिबा. -

एक धर्माधिकारी बोलायला उठले आणि तावातावाने बोलू लागले,

या जोतिबाला आवरा. अहो त्याने दलितांच्या मुलांसाठी शाळा काढली आहे. तो शूद्राला ज्ञान देतो आहे. त्याने विद्या शूद्राच्या घरी नेली आहे. महत् पापम् ! महत् पापम् ! त्याला आवरले नाही तर धर्म साफ बुडेल! रसातळाला जाईल! मग धर्माला तारण्यासाठी परमेश्वरही अवतार घेणार नाही.

दुसरे एक शास्त्रीबुवा किंचाळले, "अहो, शास्त्र काय सांगतंय?

शास्त्रात ठळक शब्दांत आज्ञा दिली आहे, स्त्रियांना ज्ञान देऊ नये. जोतिबाच्या पत्नीने स्त्रियांसाठी ज्ञानपोयीच काढली आहे. शांतम् पापम् , शांतम् पापम् . महापाप आहे हे. या पती-पत्नीला धडा शिकवलाच पाहिजे. त्यांना आवर घातला पाहिजे. धर्मावरचे हे फार मोठे संकट आहे. ते दूर केलेच पाहिजे."

पण कोण दूर करणार? कसे दूर करणार? उपाय कोणालाच सापडत नव्हता. सारे जोतिबा-सावित्रीवर तोंडसुख घेत होते. एका शास्त्रीबुवाला एक उपाय सापडला, तो बोललाच, "एक उपाय आहे, जोतिबाचे वडील गोविंदराव धर्मभिरू आहेत, पापभिरू आहेत, धर्माचे पालन करणारे आहेत. तेच आपल्या दिवट्या चिरंजीवाला अन् सुनेला आवर घालतील."

एका शास्त्रीबुवाने शंका काढलीच, 'हा उपाय लागू पडला नाही तर?'

"तर एक जालीम उपाय आहे, रामबाण उपाय." एक धर्माधिकारी बोलले. त्यांनी आपला जालीम उपाय सांगितला,

'माळी समाजाच्या जातपंचायतीला कडक इशारा द्यावा. जोतिबा आणि सावित्री धर्माला कलंक आहेतच; पण जातीलाही कलंक आहेत. त्यांना शाळा सोडायला लावा! नाही तर घर सोडायला सांगा! दोन्ही होत नसेल तर फुले घराणे जातीबाहेर टाका!'

हा जातीय उपाय सभेला पटला. साऱ्या धर्माधिकाऱ्यांनी माना डोलावल्या. सभा बरखास्त झाली.

दुसऱ्या दिवशी एक शास्त्रीबुवा गोविंदरावांकडे आले. गोविंदराव बाहेर जाण्याच्या तयारीत होते. जोतिबा-सावित्री घरी नव्हते. शास्त्रीबुवा म्हणाले, "गोविंदराव, कुठे निघालात?"

'दुकानात', गोविंदराव म्हणाले.

"थांबा! आधी माझे ऐका! मग जा!" गोविंदराव थबकले.

शास्त्रीबुवा म्हणाले, "गोविंदराव! तुम्ही धर्माचे पालन करणारे आहात; पण तुमचा मुलगा धर्म बुडवायला निघाला आहे. तुमची सून तुमचे कूळच बुडवायला निघाली आहे. दोघेही शूद्राला ज्ञानाची खैरात करीत आहेत. ज्ञान पवित्र आहे, त्याला स्त्री, शूद्राचा स्पर्श नको. महापाप आहे हे. या पापाला वेळीच आवर घाला. तुम्ही या पापाचे धनी होऊ नका. देवाधर्माचा कोप ओढून घेऊ नका. हाच इशारा देण्यासाठी मी आलो आहे. जातो आता."

आणि शास्त्रीबुवा निघून गेले. ते बाहेर पडत नाही तोच माळी जातीची पंच कमिटी हजर झाली आणि या पंच कमिटीने एक भयंकर इशारा दिला. गोविंदराव, जोती आणि सावित्रीला आपले उपद्व्याप सोडायला सांगा. ऐकत नसतील तर घर सोडायला सांगा. नाही तर तुमच्या घराला आम्ही जातीबाहेर टाकू, वाळीत टाकू. तुमच्यावर बहिष्कार घालू.

महाभयंकर इशारा देऊन पंच कमिटी निघून गेली. गोविंदराव हादरलेच. त्यांच्या मनात भीती निर्माण झाली. धर्माची भीती! देवाची भीती! जातीची भीती!

हे तिन्ही कोप ते सहन करू शकत नव्हते. ते अस्वस्थ झाले. त्यांची पावले बाहेर पडलीच नाहीत. दिवसभर ते विचार करीत बसले.

काय करावे? धर्माविरुद्ध वागू नकोस हे वारंवार मी जोतीला सांगतो, तो ऐकत नाही. आताही ऐकणार नाही; पण नाही ऐकले तर? त्याला घराबाहेर काढू? आई म्हणूनच मी त्याचा सांभाळ केला आहे. त्याला आईचाच जिव्हाळा दिला आहे. आईची आठवण त्याला होऊ दिली नाही. त्याला घरातून काढू? त्याच्या आईचा आत्मा दुखवू? नाही मी तसे करणार नाही; पण तसे केले नाही

तर जातीबाहेर टाकले जाऊ. सारे घरच जातीबाहेर टाकले जाईल. केवढे हाल होतील! पिढ्यान् पिढ्या भोगावे लागेल. साऱ्या कुळाचाच नाश होईल. महापापाचा मीच धनी होईल. काय करावे?-

गोविंदरावांना काहीच सुचत नव्हते. त्यांचे डोके बधिर होऊन गेले. त्यांना आजही आपल्या पत्नीची तीव्रतेने आठवण आली. ते उद्गारले, चिमणे मी काय करू?

गोविंदराव दिवसभर बेचैन होते. दुपार झाली. ऊन तापू लागले. गरम वारे वाहू लागले. गोविंदरावांना तो उष्मा सहन होत नव्हता. ते पडून होते.

सावित्री घरी आली. गोविंदराव काहीच बोलले नाहीत. सावित्रीने पाहिले आणि विचारले, बाबा, काही दुखतेय का तुमचे?

या उद्गारांनी त्यांना किंचित राग आला; पण ते काहीच बोलले नाहीत. ते जोतीशीच बोलणार होते. सावित्रीने ओळखले, कुणी तरी दुधात खडा टाकला.

जोतिबा अजून घरी आले नव्हते. उशिराच ते घरी येत असत. सतत आपल्या कार्यात ते मग्न असत. आजही ते रात्री उशिराच घरी आले. गोविंदराव काहीच बोलले नाहीत. जोतिबाचे जेवण होऊ दिले. जोती आणि सावित्रीने जेवावे म्हणून इच्छा नसतानाही दोन घास त्यांनी खाल्ले. साऱ्यांचाच अबोलपणा जोतिबाला जाणवत होता. त्यांनीही ओळखले. कुणी तरी आगलावेपणा केला आहे. रात्री झोपण्याच्या वेळेला गोविंदरावांनी जोतिबाला बोलावले.

"जोती इकडे ये!"

जोतिबा वडिलांसमोर उभे राहिले.

"जोती! कशाला धर्माशी वैर घेतो? कशाला धर्म पाप करतो आणि सावित्रीलाही करायला लावतोस?"

आपल्या वडिलांना काय म्हणायचे आहे हे जोतिबाने ओळखले आणि जोतिबा म्हणाले, "बा, भुकेल्या माणसांना अन्न देणे हे धर्मपाप आहे?"

गोविंदराव म्हणाले, "नाही."

"तहानलेल्या जिवांना पाणी पाजणे हे धर्मपाप आहे?"

गोविंदराव उद्गारले, "नाही."

"मग हजारो वर्षांपासून ज्ञानाची भूक लागलेल्या जिवांना ज्ञान देणे धर्मपाप आहे?"

गोविंदराव अवाक्च झाले. जोतिबाच म्हणाले, "मी आणि सावित्री कोणतेच धर्मपाप करीत नाही. आम्ही ईश्वरी कार्यच करतो आहे. जगात एकच ईश्वर आहे विश्वनिर्माता. ज्याने विश्व निर्माण केले तो माणसामाणसांत भेदभाव करील? एकाला अंधारात अन् दुसऱ्याला प्रकाशात ठेवेल? आई मुलांना जन्म देते. एकाला जवळ घेईल आणि दुसऱ्याला लाथाडेल? आई सर्वांना सारखाच जीव लावते. सारखेच प्रेम करते. बा, मी ईश्वराचेच कार्य करतो आहे. ईश्वराच्या प्रेरणेने करतो आहे. आम्ही ईश्वरी धर्मच पाळतो आहोत. आईचा धर्म! हिमालयाएवढी संकटं आली तरी मी हा धर्म सोडणार नाही. वेळ आली तर प्राण सोडेन; पण सत्यधर्म सोडणार नाही."

जोतिबाचा निर्धार पाहिला आणि गोविंदरावांच्या छातीत धस्स झाले. त्यांचा कंठ दाटून आला. एक आवंढा त्यांनी गिळला अन् कातर आवाजात त्यांच्या तोंडून शब्द निघून गेले, "मग तुम्हाला घर सोडावे लागेल" आणि त्यांनी तोंड वळवले. डोळ्यांतल्या अश्रूंना वाट करून दिली.

सावित्री बाप-लेकांचा वाद ऐकत होती. तिचा जीव खालीवर होत होता. जोतिबाचा धर्म तिला पटला होता. त्याच मार्गाने ती चालत होती. ती वाट काट्याची होती. दगडधोंड्यांची होती. चिखलमातीची होती. तिच्या वाटेत हितशत्रूंनी काटे पेरून ठेवलेले होते. तिच्यावर दगडधोंड्यांचा मारा केलेला होता. चिखलफेक केलेली होती; पण ही साध्वी अत्यंत संयमाने आपल्या क्रांतीची वाट चालत होती. तिने सारी संकटे सहन केली होती. आता एक महान संकट तिच्यावर येणार होते. बाबांनी आपल्या कार्याला आशीर्वाद द्यावेत! बाप-मुलांची ताटातूट होऊ नये हीच तिची इच्छा होती; पण काय होणार होते कुणास ठाऊक?

जोतिबा काहीच बोलले नाहीत. ते आपल्या अंथरुणावर येऊन स्वस्थ पडले. ते मुळीच विचलित झाले नाहीत. ते तर सर्व सुखांचा बळी द्यायला तयार होते.

त्या रात्री कुणालाच झोप आली नव्हती. दिवस उगवला. उगवत्या सूर्याला जोतिबाने नमस्कार केला आणि उठता-उठताच उद्‌गारले, "बा, आम्ही घर सोडतो."

गोविंदरावांचे काळीज थरारले. त्यांचे काळीज हेच तर जोतिबाचे घर होते. अण्णा मास्तर म्हणाले, - मुलांनो, जोतिबांनी घर सोडले. सावित्रीची पावलेही त्यांच्यामागे चालत गेली. त्यांना घर शोधावे लागले नाही. त्यांना नवीन घर मिळाले. आता ते स्वतंत्र झाले होते. ज्ञानाचा प्रकाश देत ते आपली वाटचाल करू लागले. एका शाळेच्या दोन शाळा झाल्या. दोनाच्या तीन झाल्या. शाळेची संख्या वाढत होती. मुला-मुलींचीही संख्या वाढत होती अन्‌ धर्माधिकाऱ्यांचा क्रोधही वाढत होता. क्रांतिसूर्याचे तेज त्यांना असह्य होऊ लागले; पण या सूर्याची वाट ते अडवू शकत नव्हते. या सूर्याला आवरण्याचे त्यांचे सामर्थ्य नव्हते. ज्ञानसूर्य ज्ञानाचा प्रकाश देत वाटचाल करीतच होता. शेवटी हितशत्रूंनी शेवटचा प्रयोग करायचे ठरविले. प्राणघातक प्रयोग! जोतिबा-सावित्रीला घराबाहेर काढले. आता त्यांना जगाबाहेर काढण्याचा प्रयोग!

मुलांच्या मनात भीतीचा गोळाच उठला. त्यांची नजर जोतिबाच्या छायाचित्राकडे गेली. जोतिबांच्या चेहऱ्यावर निर्भयता होती.

❒❒❒

८. मी शिक्षाच देणार!

ती काळोखी रात्र होती. सर्वत्र दाट काळोख पसरला होता. रात्र काळोखात राहू नये. तिलासुद्धा प्रकाश मिळायला हवा म्हणून आकाशात चांदण्या आपल्या परीने प्रकाश देण्याचा प्रयत्न करीत होत्या; पण रात्र काळोखातच राहावी म्हणून विघ्नसंतोषी ढग या प्रकाशाआड येतच होते. रात्र अंधारून आली होती. वादळी वारेही सुटले होते. घराघरांतले दिवे मंदावले होते. पुणे शहर झोपेच्या ग्लानीत होते आणि त्या धर्मनगरीतले धर्मपुरुष धर्माच्या ग्लानीत होते.

मध्यरात्र उलटून गेली. वाऱ्याचा जोर वाढला. एका घरात समईची ज्योत तेवत होती. कणाकणाने ती जळत होती; पण प्रकाश देतच होती. मंद प्रकाश! मंगल प्रकाश! तेजस्वी प्रकाश!

वारा त्या घरात शिरण्याचा प्रयत्न करीत होता. वाऱ्याची एक झुळूक आलीच आणि तिने समईच्या ज्योतीवर झडप घातली. ज्योत फडफडली, पण विझली नाही. आपल्या सर्व सामर्थ्यानिशी त्या झुळकेशी तिने झुंज दिली. कोणते सामर्थ्य होते त्या इवल्याशा ज्योतीजवळ? होते! एक महान सामर्थ्य होते. अंधारात प्रकाश देणे हा त्या ज्योतीचा सत्यधर्म. या धर्मासाठी त्याग आणि समर्पण हा तिचा निर्धार आणि हेच तिचे महान सामर्थ्य. आत्मसामर्थ्य. आत्मतेज. या सामर्थ्याने ती त्या बलाढ्य झुळकेशी झुंज देत होती. फडफडत होती; पण विझत नव्हती. अधिक तेजाने प्रकाश देत होती. वारा हतबल झाला आणि परतला.

बाजूला एक उमदा तरुण झोपला होता. समईच्या ज्योतीचे तेज त्याच्याही चेहऱ्यावर झळकत होते. त्याचे नावही जोतीच होती. जोतिबा. २६-२७ वय असेल त्याचे. नुकताच त्याचा डोळा लागत होता. तो थोडा झोपणार इतक्यात दोन भयानक सावल्या त्याच्या अंगावरून झर्रकन् सरकत गेल्या. त्याची झोप चाळवली. सावध झोप होती त्याची. त्याने डोळे उघडले आणि तो एकदम उठून बसला. समईची ज्योत त्याने पुढे सरकवली. समोरच्या भिंतीकडे त्याचे लक्ष गेले आणि त्याला आश्चर्याचा धक्का बसला. त्याने पाहिले.

समोरच्या भिंतीवर दोन माणसांच्या सावल्या स्पष्ट उमटल्या होत्या.

जोतिबा सावध झाले. त्यांच्या तोंडून उद्गार निघाले, ''कोण आहे? कोण आहे?''

आपल्या पतीचा आवाज ऐकून सावित्री जागी झाली. तिचेही लक्ष त्या भिंतीकडे गेले. ती थोडी भयभीत झाली. जोतिबा मात्र घाबरले नाहीत. त्यांनी पुन्हा विचारले, कोण आहे?

आणि त्या भिंतीवरच्या सावल्यांची हालचाल झाली. दोन आडदांड माणसे एकदम समोर प्रकट झाली. त्यांच्या हातात लखलखत्या लांब पात्याचे सुरे होते. ते दोघेही उद्गारले, ''आम्ही आहोत.''

सावित्रीचे भय वाढले; पण जोतिबाच्या चेहऱ्यावर भीतीचा लवलेशही नव्हता. ते शांतपणे म्हणाले, तुम्ही कोण, मला माहीत नाही; पण चोरीसाठी आला असाल तर या गरिबाच्या घरात तुम्हाला फुटकी कवडीही सापडणार नाही.

त्या दोन माणसांनी आपले चेहरे झाकून घेतले होते. आपले सुरे उगारत ते पुढे-पुढे सरकत आले. त्यातला एक जण म्हणाला, ''आम्ही पैसे चोरण्यासाठी आलो नाही, तुमचे प्राण घेण्यासाठी आलो आहोत. आम्ही तुमचे प्राण घेणार!''

हे ऐकले आणि सावित्रीच्या छातीत धस्स झाले. आपल्या पतीला तिने धरून ठेवले. जोतिबा शांतपणे म्हणाले, ''तुमचे माझे काही वैर नाही. मी तुमचे काही केले नाही, माझे प्राण घेऊन तुम्हाला काय मिळणार आहे?''

दुसरा यमदूत म्हणाला, ''तुमचे प्राण घेऊन आम्हाला हजार, हजार रुपये मिळणार आहेत. आमचे कल्याण होणार आहे.''

हे ऐकले आणि जोतिबा एकदम आनंदाने उभे राहिले आणि म्हणाले, "माझे प्राण घेऊन जर तुमचे कल्याण होणार असेल तर केवढे माझे भाग्य! खुशाल माझे प्राण घ्या. तुमच्यासारख्या गोरगरीब, दीनदलित, उपेक्षित, बहिष्कृत यासाठीच माझे जीवन आहे. हजारो वर्षांपासून अंधारात पडलेल्या निर्जीव जिवांना प्रकाश देण्यासाठीच तर माझी प्राणज्योत आहे. जीवनज्योत आहे. तुमचे कल्याण होत असेल तर आनंदाने हा जोती मरायला तयार आहे."

जोतिबाने आपले दोन्ही हात मागे केले आणि छाती पुढे काढून निर्भयपणे ते उभे राहिले. त्यांनी आपले डोळे मिटून घेतले सावित्रीही त्यांच्या बाजूला तशीच उभी ठाकली.

त्या दाम्पत्याचा हा निर्भयपणा पाहिला आणि त्या दोन यमदूतांचे डोळे खाडकन उघडले. ते जोतिबाकडे पाहतच राहिले. त्यांचे बुरखे आणि सुरे गळून पडले. त्यांनी आश्चर्याचे उद्गार काढले, "म्हणजे तुम्ही जोतिराव फुले का?"

जोतिबाने डोळे उघडले आणि म्हणाले, "हो. मी जोतिराव फुले."

त्या दोघांपैकी एक जण म्हणाला, "तात्यासाहेब, त्या शास्त्रीबुवाने आम्हाला फक्त तुमचे घर दाखवले आणि सांगितले या घरात पापी आणि पापीण राहते त्यांचे प्राण घ्या. तुम्हाला त्याचे मोल देऊ. अरे देवा! आम्ही तर आमच्या प्राणदात्याचेच प्राण घेण्याचे पाप करणार होतो. शास्त्रीबुवाऽऽऽ!"

त्या दोघांचा चेहरा संतप्त झाला आणि ते म्हणाले, "तात्यासाहेब! तुम्ही आदेश द्या. आम्ही हे सुरे त्या शास्त्रीबुवांच्या उरात खुपसतो."

जोतिबा म्हणाले, "नाही. तो माझा धर्म नाही. मी त्यांनाही क्षमा करतो आणि तुम्हालाही क्षमा करतो."

त्या दोघांनी जोतिबाचे पाय धरले आणि पश्चात्तापाने एक जण म्हणाला, "तात्यासाहेब, आम्हाला मुळीच क्षमा करू नका. आम्ही क्षमेला पात्र नाही. आम्ही शिक्षेलाच पात्र आहोत. आम्हाला शिक्षाच द्या. तुम्ही द्याल ती शिक्षा आम्ही भोगू."

दुसरा म्हणाला, "हो तात्यासाहेब, आम्हाला शिक्षाच द्या."

जोतिबाने त्या दोघांना उठवले आणि म्हणाले, "मी तुम्हाला शिक्षाच देणार आहे."

त्या दोघांचे चेहरे उजळले आणि ते जोतिबांसमोर शिक्षा भोगण्यास उभे राहिले. जोतिबा हसले आणि म्हणाले, "बाबांनो, शिक्षा म्हणजे दंड नाही. शिक्षा म्हणजे शिक्षण! पददलितांना शिक्षण देण्याचे आम्हा पती-पत्नीचे व्रतच आहे. शिक्षा घ्यायला तयार व्हा!"

त्या दोघांचे चेहरे अधिकच उजळले. जोतिबा-सावित्रीचेही चेहरे उजळले. समईची ज्योत अधिकच तेजस्वी झाली.

अण्णा मास्तर म्हणाले, मुलांनो! जोतिबाला जोतिराव म्हणत आणि आदराने तात्यासाहेबही म्हणत. त्या दोन मारेकऱ्यांची नावे काय होती माहीत आहे? एकाचे नाव होते रोढे. तो रामोशी होता आणि दुसऱ्याचे नाव होते धोंडिराम. हे दोघेही जोतिरावांच्या रात्रीच्या शाळेत जाऊ लागले. जोतिरावांनी त्यांना शिकविले.

त्यांनी रात्रंदिवस अभ्यास केला. धोंडिरामला उपजत बुद्धी होती. त्याने साऱ्या धर्मग्रंथांचा अभ्यास केला. वेदांचा अभ्यास केला, तो वेदशास्त्रसंपन्न झाला. त्याने पुढे वेदाचार म्हणून एक ग्रंथ लिहिला.

रोढे जोतिरावांचा अंगरक्षक झाला आणि धोंडिराम सत्यधर्मरक्षक झाला.

प्राण घ्यायला आलेल्या मारेकऱ्यांना जोतिबाने शिक्षाच दिली. शिक्षा म्हणजे?

- शिक्षण! -

सारी मुले एका सुरात उद्गारली.

□□□

९. अनाथांचा नाथ

ती भर दुपारची वेळ होती; पण ती हिवाळ्यातली दुपार होती. साऱ्यांनाच हवीहवीशी वाटत होती. ऊबदारच दुपार होती ती! दलित वस्तीतली मुले आकाश पांघरून बसली होती. थंडीवाऱ्यात, उन्हा-पावसात दीनदलितांचे एकच पांघरूण असते - आकाश! - आकाशाची मुलेच असतात ती! आकाशाखालीच जन्माला येतात. आकाशाखालीच वाढतात. आकाशच त्यांना छाया देते. आकाशच त्यांना माया देते. आकाशपुत्रच असतात ती!

या आकाशपुत्रांना ज्ञानाचाही प्रकाश मिळावा हीच जोतिबाची तळमळ होती. या ज्ञानसूर्याला ही मुले आपलीच वाटत होती. शाळा सुटली की, जोतिबा गोरगरिबांच्या वस्तीत येत आणि मुला-मुलींनी निर्भयपणे शाळेत यावं म्हणून प्रयत्न करीत.

त्या दिवशी असेच जोतिबा दलित वस्तीत जायला निघाले. इतक्यात रस्त्याच्या बाजूला त्यांचे लक्ष गेले. रस्त्याच्या बाजूला एक उकिरडा साचला होता. त्याची घाण सर्वत्र पसरली होती. कुत्री, मांजरी, डुकरे तो उकिरडा चिवडीत होती आणि एक सहा सात वर्षांचा मुलगा त्यांचेच अनुकरण करीत होता. अत्यंत गलिच्छ होता तो! त्याचे कपडे शेणामुताने माखले होते. नाक गळत होते. घाणेरड्या हातानेच तो नाक पुसत होता.

जोतिबाचे लक्ष त्याच्याकडे गेले. त्यांना अत्यंत कळवळा आला. ते मनाशी म्हणाले, "कुणाचा हा मुलगा? कुत्र्या-मांजराच्या संगतीत जिणे जगतो आहे?"

नकळत जोतिबाचे पाय तिकडे वळले. जोतिबाला पाहून कुत्रे, मांजरं दूर झाली. तो मुलगा मात्र उकिरडा चिवडीतच होता. जोतिबा त्याच्याजवळ गेले. त्याच्या पाठीवर हात ठेवला आणि ते म्हणाले, "कोणाचा मुलगा आहेस बाळ तू?"

त्या मुलाने जोतिबाकडे पाहिले. प्रथमच प्रेमाचा स्पर्श त्याला मिळाला होता. पहिल्यांदाच बाळ हा शब्द त्याच्या कानाने ऐकला होता. तो मुलगा रडायलाच लागला.

"मला भूक लागली आहे."

जोतिबाने त्याला जवळ घेतले. आपल्या खांद्यावरच्या स्वच्छ उपरण्याने त्याचे नाक पुसले. तोंड पुसले. त्याचे डोळे पुसले. त्याला थोडे स्वच्छ केले.

त्या रस्त्याने एक भगवी कफनी घातलेला जटाधारी माणूस जात होता. त्याने हे दृश्य पाहिले आणि त्याला किळस आली. तो बोललाच, "हरे राम! अहो महाशय हे काय करता? त्या मुलाची सारी घाण स्वच्छ उपरण्याला लावता? अहो उपरणे हे देववस्त्र आहे. पवित्र वस्त्र आहे. त्याने या मुलाची घाण पुसता. राम! राम! राम! कोणाचा मुलगा आहे तो माहीत आहे का तुम्हाला?"

जोतिबा म्हणाले, "नाही, कोणाचा मुलगा आहे हा?"

तो साधू म्हणाला, "मला तरी काय माहीत? पण मी अंतर्ज्ञानाने सांगतो. कुण्यातरी विधवा पापिणीचे पाप आहे हे. आपले पाप या उकीरड्यावर आणून सोडले. या उकीरड्यावरच ते वाढले. या उकीरड्यातच ते मरेल. मरू द्या ना! कशाला पापक्षालन करता? कशाला साधूपणा दाखवता?"

जोतिबा उत्तरले, मला पाप-पुण्य समजत नाही. मला एवढेच समजते की हा लहान मुलगा आहे. घाणीने घाण झाला आहे. याला स्वच्छ करावं. याला प्रेम द्यावं. ते मी केलं. माझे उपरणे घाण झाले असेल तर ते पाण्याने मी स्वच्छ करीन; पण साधुबुवा! तुमचे मन, तुमचे अंतःकरण तर या उकीरड्यापेक्षाही घाण दिसते. ते माझ्या उपरण्याने स्वच्छ तर होणारच नाही; पण तुम्ही गंगेत मरेपर्यंत डुबक्या मारल्या तरी ते स्वच्छ होणार नाही. जा! तुम्ही तुमच्या वाटेने जा!

जोतिबाकडे एक रागाचा दृष्टिक्षेप टाकून तो साधू आपले पवित्र वस्त्र सांभाळत नाक दाबून निघून गेला.

जोतिबाने त्या मुलाला स्वच्छ केले आणि त्याला विचारले, तुझ्या बाबाचे नाव काय?

तो मुलगा म्हणाला, मला बाबा नाहीत.

जोतिबाने त्याला प्रेमाने विचारले, आई कुठे आहे तुझी?

त्या मुलाने उत्तर दिले, मला आई नाही.

जोतिबाला कळले त्या मुलाला आईही नाही, बाबाही नाहीत आणि घरही नसणार! त्यांनी त्या मुलाला आपल्याबरोबर घेतले आणि त्याला आपल्या घरी आणले. सावित्री घरीच होती. तिने विचारले,

कोणाचा मुलगा हा?

जोतिबा म्हणाले, हा आपलाच मुलगा आहे. पाणी गरम करून त्याला स्वच्छ आंघोळ घाल. शाळेतल्या मुलांचे कपडे आहेत. त्यातले कपडे त्याला दे आणि गरम-गरम जेवायला दे. हा आकाशाचा मुलगा आहे. सूर्यपुत्र! कर्ण! असे कितीतरी कर्ण जन्माला आले असतील, उकीरडा उपसत कुत्र्या-मांजरासारखे जगत असतील. अज्ञान्यांना जसे ज्ञान द्यायला हवे तसा अनाथांनाही आसरा द्यायला हवा! आपण अनाथांचे नाथ होऊ. आपल्या तोंडचा घास त्यांना भरवू.

सावित्रीच्या डोळ्यांत पाणी आले. तिने त्या मुलाला छातीशी धरले. त्याला स्वच्छ आंघोळ घातली. कपडे दिले. आपल्या तोंडचे घास त्याला भरविले. उकीरड्यावर टाकलेल्या त्या मुलाला नवजीवन दिले. पुनर्जन्म दिला.

अण्णा मास्तर म्हणाले, मुलांनो, जोतिबांनी शाळा काढली, तसेच अनाथालयही काढले. त्या मुलाला त्यांनी अनाथालयात ठेवले. सावित्री जोतिबांचे अनाथालय हे असंख्य अनाथ मुलांचे आनंदालय झाले.

सावित्री आणि जोतिबा असंख्य अनाथ मुलांचे नाथ झाले.

अनाथांचे नाथ!

◻◻◻

१०. जे का रंजले गांजले

वारकऱ्यांची दिंडी निघाली. आळंदीच्या वाटेने निघाली. आनंदात निघाली. उत्साहात निघाली. भावभक्तीने निघाली. टाळ-मृदंगाच्या तालात ज्ञानेश्वर माऊलीचा नामघोष करीत निघाली.

ज्ञानेश्वर माऊली! ज्ञानराज माऊली तुकाराम!

दिंडीत आबालवृद्ध होते. सर्व जातींची, धर्मांची, वयाची माणसे होती. ताल धरत, नाचत, बागडत दिंडी निघाली. झेंडे-पताका उंच-उंच उभारत पुढे-पुढे जाऊ लागली.

सूर्य डोक्यावर आला होता. ऊन्ह तापत होते; पण वारकरी आपल्या नादात चालतच होते. झपाझप पावले टाकत पुढे जात होते. त्यांना तहान लागत नव्हती. भूक लागत नव्हती. ऊन लागत नव्हते. त्यांचे कशाकडेच लक्ष नव्हते. त्यांचे सारे लक्ष ज्ञानदेवाकडे होते. आळंदीला जाऊन ज्ञानदेवाचे दर्शन झाले की ते सारे कृतकृत्य होणार होते. त्यांच्या आयुष्याचे सार्थक होणार होते.

त्या दिंडीत एक म्हातारा होता. तो मात्र अत्यंत थकलेला दिसत होता. त्याच्या चेहऱ्यावर थकवा होता. त्याला चालण्याचा त्रास होत असावा. त्याला कसल्या तरी वेदना होत असाव्यात. तो कण्हत कण्हत चालत होता. काठी टेकत टेकत चालत होता. वारकऱ्यांच्या बरोबरीने चालण्याचा प्रयत्न करीत होता.

तो इतका थकला होता की, चालता चालता पडेल की काय, असे वाटत होते आणि नेमके झालेही तसेच.

त्या म्हाताऱ्याची ताकद संपली. त्याला ऊन सहन झाले नाही. बघता बघता तो घेरी येऊन धाडकन रस्त्यात पडला. क्षणभर त्याच्या बरोबरीचे वारकरी थबकले. त्याच्याकडे त्यांनी पाहिले; पण थांबले नाहीत. आपल्या वाटेला लागले. जे पुढे गेले त्यांना काय झाले कळालेच नाही.

जे बरोबर होते त्यांना म्हातारा पडला एवढेच दिसले. ते थबकले; पण थांबले नाहीत. जे मागून येत होते ते न पाहिल्यासारखे करून पुढे जात होते. जाता जाता पुटपुटत होते.

"या म्हाताऱ्याचे पाप आडवे आले रे. याच्या नशिबात आळंदी नाही. ज्ञानेश्वराचे दर्शन नाही."

त्यांचे शब्द त्या बिचाऱ्या म्हाताऱ्याला कसे ऐकू येणार? तो पार बेशुद्ध पडला होता. त्याची शुद्धच हरपली होती. त्याच्या तोंडातून फेस येत होता. त्याच्या शरीराची हालचाल मंदावली होती. त्याची काठी बाजूला पडली होती. एक पिशवी त्याने पडता पडता घट्ट धरून ठेवली होती. काय होते त्या पिशवीत?

पैसे?

भाजी-भाकरी?

कोणास ठाऊक! पण ती पिशवी त्याने अगदी छातीशी धरून ठेवली होती.

सारी दिंडी पुढे निघून गेली होती. तो तसाच रस्त्यात पडला होता. तो आणि त्याची काठी; पण ती काठी आता त्याला आधार देऊ शकत नव्हती.

त्याच वाटेने जोतिबा आणि त्याचे मित्र जात होते. आळंदीलाच ते निघाले होते. ज्ञानदेवाच्या दर्शनासाठी नव्हे तर ज्ञान प्रबोधनासाठी.

जोतिबाचे लक्ष त्या म्हाताऱ्याकडे गेले आणि ते धावतच त्या म्हाताऱ्याजवळ आले. म्हातारा निपचित पडला होता. त्याच्या तोंडातून फेस येतच होता. जोतिबा आणि त्याच्या मित्रांनी त्याला अलगद उचलले. रस्त्याच्या बाजूला एक झाड होते. त्या झाडाच्या सावलीत त्याला ठेवले. जोतिबांनी त्याचे डोके आपल्या

मांडीवर घेतले. आपल्या खांद्यावरच्या उपरण्याने त्याच्या तोंडाचा फेस पुसला. त्याला वारा घातला. एका मित्राला ते म्हणाले, जा लवकर. जवळपास पाणी असेल तर हे उपरणे भिजवून आण.

योगायोगाने जवळच एक ओढा होता. त्या मित्राने ओढ्याच्या पाण्यात उपरणे भिजवून आणले. जोतिबाने त्या म्हाताऱ्याच्या चेहऱ्यावर थंडगार पाण्याचा शिडकावा केला. एका मित्राने जवळच्या शिदोरीतला कांदा फोडला आणि त्याच्या नाकाशी धरला.

थोड्याच वेळात म्हाताऱ्याचा श्वास सुरू झाला. पापण्यांची हालचाल होऊ लागली आणि हळूहळू तो शुद्धीवर येऊ लागला. तो बराच शुद्धीवर आला. त्याने डोळे उघडले आणि गोंधळलेल्या नजरेने तो पाहू लागला.

जोतिबाने त्याला नीट उठवून बसविले आणि ते म्हाताऱ्याला धीर देऊ लागले, "घाबरू नकोस बरे वाटेल आता."

म्हाताऱ्याने इकडे-तिकडे पाहिले आणि घाबरून विचारले, "माझी पिशवी कुठे आहे?"

जोतिबा म्हणाला, "ही घे तुझी पिशवी आणि काठी. आळंदीला जायला निघाला होतास?"

म्हातारा काहीच बोलला नाही; पण जोतिबाकडे तो निरखून पाहू लागला. त्याला जोतिबाची ओळख पटली असावी. त्याला आश्चर्य वाटले. तो उदगारला, "देवा, तुम्ही?"

तो जोतिबाचे पाय धरू लागला. जोतिबा म्हणाले, "मी देव नाही बाबा. मी माणूसच आहे."

देवमाणूस आहात! तो म्हातारा उदगारला.

देवभोळी माणसे असेच बोलत असतात हे जोतिबाला माहीत होते; पण तो म्हातारा देवभोळा नव्हता. तो म्हणालाच, "देवा, मी देवभोळा नाही. वेडा नाही. मी खरे बोलतो. तुम्ही देवच आहात."

त्याने आपल्या पिशवीतून एक उपरणे काढले आणि ते कपाळाला लावून तो उद्‌गारला, "देवा, हा तुमचाच प्रसाद आहे."

जोतिबाने ते उपरणे पाहिले आणि त्याला आश्चर्य वाटले. ते उपरणे जोतिबाचेच होते. जोतिबाने त्या म्हाताऱ्याला निरखून पाहिले आणि पाहता-पाहता त्यांना तो प्रसंग आठवला. बरेच दिवसांपूर्वीचा तो प्रसंग होता. तो प्रसंग त्याच्या डोळ्यापुढे उभा राहिला.

एक भिकारी भिक्षा मागत दारोदार फिरत होता. त्या दिवशी त्याच्या झोळीत धान्याचा एक कणही पडला नव्हता. जोतिबाच्या घरासमोर तो भिकारी आला आणि भिक्षा मागू लागला.

भिक्षा द्या आईसाहेब.

सावित्रीबाई सुपाने धान्य पाखडत होती. सूपभर पाखडलेले धान्य ती डब्यात टाकणार इतक्यात तिला भिकाऱ्याचा आवाज ऐकू आला. तिने भिकाऱ्याकडे पाहिले ती सूप घेऊनच दाराशी आली आणि धान्यांनी भरलेले सूप तिने भिकाऱ्याच्या झोळीत रिकामे केले.

भिकारी आश्चर्याने उद्गारला, एवढे धान्य?

सावित्रीबाई म्हणाली, तुझ्याच हिश्श्याचे होते बाबा ते. दिले.

भिकाऱ्याचे मनच भरून आले. तो म्हणाला, आई सुपाएवढे मन आहे तुझे. तुझे घर धनधान्यांनी भरलेलेच राहील.

आशीर्वाद देऊन तो भिकारी धान्याचे बोचके घेऊन जाऊ लागला. त्याच्या हातात ती फाटकी झोळी होतीच.

जोतिबा म्हणाले, अरे, ही फाटकी झोळी कशाला घेतोस. दे फेकून ती. तुला उपरणे दिले आहे ना?

भिकारी थांबला आणि म्हणाला, ठीक आहे, देवा. मी ही झोळी फेकूनच देतो; पण या उपरण्याची मी झोळी करणार नाही.

जोतिबा म्हणाले, मग भिक्षा कशात मागणार?

भिकारी क्षणभर विचारात पडला आणि निर्धाराने म्हणाला, देवा मी भिक्षाच मागणार नाही. कष्टाची भाजी-भाकरी खाईन.

आणि त्या भिकाऱ्याने ती जीर्ण झोळी दूर भिरकावून दिली. आपले भिकारीपणच त्याने झुगारून दिले. पुन्हा त्याने कधीच भीक मागितली नाही. त्याचे जीवनच बदलून गेले.

जोतिबाला क्षणात हे आठवले. त्याने म्हाताऱ्याला ओळखले. तो म्हातारा म्हणजे तो भिकारीच होता.

म्हातारा आता पूर्ण सावध झाला. त्याच्यात नवा जोम आला. नवा उत्साह आला. त्याचा थकवा दूर पळाला. त्याने काठी आणि पिशवी हातात घेतली आणि झपाझप पावले टाकत तो घराकडे निघाला. आता त्याला आळंदीला जाण्याची गरजच नव्हती. ज्ञानेश्वराचे सत्यदर्शन त्याला घडले होते.

रस्त्यावर उघड्यावर पडलेल्यांना आधार देणे, जीवन देणे हाच तर खरा जोतिबाचा धर्म होता. रंजल्या, गांजलेल्यांचा तो देव होता.

❏❏❏

११. ज्योत आणि प्रकाश

गोविंदरावांच्या आयुष्याची संध्याकाळ झाली होती. आपण आता थोड्याच दिवसांचे सोबती आहोत असे त्यांना सारखे भासत होते. तसे ते सुखी होते. अत्यंत कष्टातूनच त्यांचा भाग्योदय झाला होता; पण त्यांच्या काळजात एक बारीक वेदना होतीच. ही वेदना त्यांना अधूनमधून बोचत होती.

- आपण जोतिबाला घराबाहेर काढले. -

पण त्यांचे एक मन त्यांना सांगत होते,

जोतिबा घराच्या पायऱ्या उतरला नसता तर यशाच्या पायऱ्या चढला नसता. जोतिबा ईश्वरी कार्यच करतो आहे. त्याने घर सोडायला मी फक्त निमित्त झालो; पण ईश्वराचीच तशी इच्छा असावी.

या विचाराने त्यांचे मन हलके होत होते. त्यांच्या काळजातली बोच कमी होत होती; पण तरीही त्यांना एक दुःख होतेच. ते दुःख मात्र कमी होत नव्हते. उतारवयात या दुःखाने ते अस्वस्थ व्हायचे.

त्यांची एक इच्छा होती. शेवटची इच्छा! आपली इच्छा त्यांनी कोणालाच बोलून दाखविली नव्हती; पण आता त्यांना आपला मृत्यूच दिसू लागला आणि आपली इच्छा जोतिबाला सांगण्याची त्यांना घाई झाली.

पाच-सहा दिवसांपासून ते अंथरुणाला खिळूनच होते. जोतिबाचा मोठा भाऊ राजाराम सारा कारभार पाहत होता; पण त्यांना आपल्या जोतीच्या भेटीची आस लागली.

बरेच दिवसांत जोतिबाची भेट झाली नव्हती. जोतिबाला वेळच मिळत नव्हता. अहोरात्र आपल्या कार्याला त्यांनी वाहून घेतले होते. आपली तहान-भूक, घरदार सारे-सारे ते विसरला होते. त्याला एकच ध्यास लागला होता.

दीनदलितांचा उद्धार! स्त्रियांचा उद्धार!

समाजजागृतीसाठी त्यांचे सारखे भ्रमण सुरू होते. या गावाहून त्या गावाला. या गावाहून त्या गावाला. या वस्तीतून त्या वस्तीत. ते त्यांचेच राहिले नव्हते.

सावित्रीबाई गोविंदरावांना भेटून गेली होती; पण गोविंदरावांना जोतिबाच्याच भेटीचा ध्यास लागला होता. आपली शेवटची इच्छा त्यास सांगण्याची घाई झाली होती; पण जोतिबाची भेटच होत नव्हती. गोविंदराव अधिकच अस्वस्थ झाले होते.

आणि एक दिवस जोतिबा वेळ काढून आपल्या वडिलांच्या भेटीला आले. वेळ सायंकाळची होती. गोविंदरावांच्या आयुष्यावर संध्याछाया पसरली होती.

जोतिबाला पाहिले आणि त्यांच्या डोळ्यांत पाणी आले. ते उठून बसले. जोतिबा त्यांच्याजवळ बसले. जोतिबा म्हणाले, "बा, काय होत आहे तुम्हाला?"

गोविंदराव म्हणाले, "मी आता म्हातारपणाला लागलो आहे. आता फक्त एकच इच्छा आहे. शेवटची इच्छा!"

जोतिबा म्हणाले, "कोणती इच्छा आहे तुमची?"

गोविंदराव क्षणभर घुटमळले. त्यांनी आपली शेवटची इच्छा बोलून दाखवली. ते म्हणाले, "जोती, तुला पुत्रसंतान नाही. कमनशिबी दिसते. ती माता होण्याचे चिन्ह दिसत नाही. जोती, तू दुसरे लग्न कर! तुझ्या पुत्राचे मी मुख पाहीन आणि सुखाने प्राण सोडीन!"

हे ऐकले आणि जोतिबाच्या काळजात चर्रर झाले. त्यांना भयंकर वेदना झाल्या. त्यांनी आपले डोळे गच्च मिटून घेतले. ते सुन्न झाले. गोविंदरावांनी

त्यांच्या काळजावरच आघात केला होता. ते मनात उद्गारला, "अरेरे! आपल्या बाबांनी ही स्वार्थी इच्छा व्यक्त करावी! मी स्त्रीजातीला न्याय देण्याचे व्रत घेतले आहे. माझ्याच पत्नीवर अन्याय करू? अरेरे! किती निष्ठुर! दुष्ट! अधर्मी पुरुषसंस्कृती आहे ही?"

जोतिबाच्या मनात अनेक विचार आले. आपल्या वडिलांचा त्यांना क्रोधही आला; पण त्यांनी संयम ठेवला. हा संयम ठेवणे त्यांना कठीण जाऊ लागले; पण त्यांनी संयम ढळू दिला नाही. बराच वेळ ते स्तब्ध बसले. हळूहळू शांत झाले. त्यांनी डोळे उघडले. आपल्या वडिलांकडे पाहिले. त्यांचा आदर ठेवून ते शांतपणे म्हणाले, "बा, मूल होण्यासाठी मी दुसरे लग्न करावे अशी तुमची इच्छा आहे ना?"

गोविंदरावांना थोडेसे हायसे वाटले. ते उद्गारले, "हो."

जोतिबा अधिकच शांतपणे म्हणाले, "बा, आम्हाला एकच मूल नाही. अनेक मुले आहेत. आमच्या अनाथालयात नुकत्याच जन्मलेल्या अर्भकापासून दुडुदुडु चालणारे, बालिका आहेत. ही सारी लेकरे सावित्रीला आई म्हणून हाक मारतात आणि मला बाबा म्हणून हाक देतात. आम्ही त्यांना आई-बापाचा जिव्हाळा देतो. आम्ही त्यांचे आई-बाबाच आहोत. मी दुसरे लग्न कशाला करू? बा, मी दुसरे लग्न करणार नाही. सावित्री माझी पत्नीच नाही तर ती माझी शक्ती आहे."

गोविंदराव काय बोलणार होते? ते फक्त उद्गारले, "ईश्वराची इच्छा!"

जोतिबाही थांबले नाहीत.

घरी आल्यावर सावित्रीने विचारले, "कशी आहे बांची तब्येत?"

जोतिबा म्हणाले, "ठीक आहे; पण त्यांना एकच दुःख आहे."

"कोणते दुःख?"

"आपल्याला मूलबाळ नाही याचे दुःख."

सावित्री म्हणाली, "अहो, आपल्याला एकच नाही, अनेक मुले आहेत. अनाथालयातली लहान-लहान मुले मला आई म्हणून प्रेमाने हाक मारतात.

तुम्हाला बाबा म्हणतात. आपण त्यांचे आई-बाबाच तर आहोत. ती सारी मुले आपलीच मुले आहेत."

हे ऐकले आणि जोतिबाला आनंद झाला. त्यांचे मन प्रसन्न झाले. त्यांचेच शब्द सावित्रीबाईंनी बोलून दाखविले होते.

जोतिबा आणि सावित्री यांचे मन एक होते. विचार एक होते. ध्येय एक होते. मार्ग एक होता. त्यांचे काळीजही एकच होते. अगदी एकरूप होती ती! जोतिबा म्हणजे तेजस्वी सूर्यज्योत होती आणि सावित्री म्हणजे सूर्यज्योतीचा प्रकाश!

ज्योत आणि प्रकाश!

अण्णा मास्तर म्हणाले, मुलांनो, गोविंदराव अधिकच खंगत गेले. मृत्युपंथाला लागले आणि अखेर १८६८ मध्ये त्यांनी जगाचा निरोप घेतला. जोतिबांना दुःख होणारच; पण सुख-दुःख कवटाळून बसणारे ते नव्हते. ते सत्यधर्मी, सत्यवचनी, सत्यबाणी होते. सत्य हेच त्यांचे ब्रीद होते. 'सत्यमेव जयते' हे त्यांचे ब्रीदवाक्य होते.

☐☐☐

१२. भारताचा आत्मा

ती रात्र दिवसासारखी प्रकाशित झाली होती. दिवसासारखाच लख्ख प्रकाश पडला होता; पण तो सूर्याचा प्रकाश नव्हता. तो रंगीबेरंगी प्रखर दिव्याचा प्रकाश होता. पुण्यात सर्वत्र रंगीबेरंगी दिवे लागले होते. रस्त्यारस्त्यावर रंगीबेरंगी पताका फडफडत होत्या. ठिकठिकाणी स्वागताच्या कमानी उभारल्या होत्या. प्रमुख रस्त्यांची साफसफाई केली होती. रस्त्यावर कुठेही केरकचरा दिसणार नाही. कुठेच अंधार दिसणार नाही याची काळजी घेतली जात होती. ती रात्र एका फार मोठ्या पाहुण्याच्या स्वागतासाठी सज्ज झाली होती. प्रमुख मार्ग राजमार्गासारखे सुशोभित केले होते.

कोण पाहुणे येणार होते? एखाद्या देशाचा राजा येणार होता का? का राजपुत्र येणार होता?

राजपुत्रच येणार होता. आपल्या राणीसह येणार होता. भारत देश कसा आहे, हे पाहण्याची त्याला उत्सुकता होती. भारतभेटीलाच ते येणार होते. त्यानिमित्त त्यांचा फार मोठा सत्कार होणार होता. फार मोठ्या मेजवानीचाही थाट केला होता. राजपुत्राच्याच स्वागताची तयारी सुरू होती. त्यासाठी पुण्यनगरी नटून-थटून सज्ज झाली होती.

सत्कार समारंभ एका भव्य सभागृहात होणार होता. ते सभागृहही सुशोभित आणि प्रकाशमान केले होते.

पुण्या-मुंबईच्या श्रेष्ठ मान्यवरांना निमंत्रण दिले होते. प्रवेश पत्रिका दिल्या होत्या. त्यात कोट्यधीश होते. लक्षाधीश होते. प्रतिष्ठित उद्योगपती होते. सरकारी उच्च अधिकारी होते. जोतिबालासुद्धा निमंत्रण होते. प्रवेश पत्रिकाही होती.

जोतिबांना निमंत्रण? आश्चर्य आहे? जोतिबा कोट्यधीश नव्हते, लक्षाधीश नव्हते. सरकारी उच्चअधिकारी नव्हते. ते तर धर्मक्रांतिकारक होते. समाज क्रांतिकारक होते. त्यांना निमंत्रण कसे?

त्याचे असे होते. या समारंभाचे प्रमुख, रावबहादूर हरी रावजी चिपळूणकर होते. जोतिबा त्यांचे भाग्यविधाते होते. जोतिबानेच या अनाथ बालकाच्या जीवनाचे सोने केले होते.

हो! अनाथ बालक! हरी रावजी हा अनाथ होता. लहानपणीच त्याच्या आई-वडिलांचे छत्र निघून गेले होते. हरी निराश्रित झाला होता; पण त्याचे भवितव्य ओळखून जोतिबाने या अनाथ मुलाला एका निपुत्रिक कोट्यधीशाच्या स्वाधीन केले. त्या कोट्यधीशाने हरीचा सांभाळ केला. त्याला वाढवले, शिकवले. लहानाचे मोठे केले. त्याचे लग्न लावून दिले आणि आपली सारी मालमत्ता त्याच्या नावाने केली. हरीच त्या कोट्यधीशाचा वारस झाला. आपल्या गुणवत्तेने रावबहादूर झाला. रावबहादूर हरी रावजी झाला; पण तो गोरगरिबांना विसरला नाही. आपल्या भाग्यविधात्याला तर मुळीच विसरला नाही. आठवण ठेवून हरी रावजीनेच जोतिबाला या राजेशाही सत्कार समारंभाचे निमंत्रण दिले. प्रवेश पत्रिका दिली.

समारंभाची वेळ जवळ येऊ लागली. निमंत्रक सभागृहाकडे जाऊ लागले. साऱ्यांनी श्रीमंती पोशाख चढवला होता. साऱ्यांच्या गळ्यात सोन्याच्या साखळ्या चमकत होत्या. बोटात हिऱ्यामाणकांच्या अंगठ्या तेजाळत होत्या. राजेशाही साज चढवूनच सारे निमंत्रित सभागृहाकडे जात होते.

सभागृहाच्या प्रवेशद्वारावर एक शिपाई उभा होता. त्याला प्रवेशपत्रिका दाखवून एकेकजण सभागृहात प्रवेश करीत होते आणि आपापल्या जागेवर

स्थानापन्न होत होते. श्रेष्ठतेनुसार बसण्याच्या जागाही ठरल्या होत्या. तसा निर्देशच आसनावर केला होता.

सभागृहात एक भव्य व्यासपीठ उभारले होते. राजपुत्र आणि राणीसाठी नक्षीदार सिंहासन ठेवले होते. निमंत्रित वक्त्यांसाठी खुर्च्या ठेवल्या होत्या. आयोजक वक्त्यांना सन्मानाने व्यासपीठावर नेऊन बसवत होते.

हळूहळू सभागृह भरू लागले. राजपुत्र राणी अजून आले नव्हते. थोड्याच वेळात ते येणार होते. त्यांचे खास प्रवेशद्वार होते. या प्रवेशद्वाराशी उंची पैठणी नेसलेल्या सुवासिनी पंचारती घेऊन उभ्या होत्या. राजपुत्राच्या स्वागताला सभागृह सज्ज झाले होते. साऱ्यांच्या नजरा राजपुत्राच्या वाटेकडे लागल्या.

इतक्यात! सभागृहाच्या प्रवेशद्वारापाशी एक खेडवळ माणूस आला आणि आत जाऊ लागला. शिपायाने त्याचा पोशाख पाहिला आणि त्याला अडवले.

त्या खेडवळाचा पोशाख खेड्यातल्या गरीब शेतकऱ्यासारखा होता. त्याने गुडघ्यापर्यंत धोतर नेसले होते. अंगात बंडी घातली होती. डोक्याला पागोटे बांधले होते. खांद्यावर काळी कांबळ होती. पायात फाटक्या चपला घातल्या होत्या. त्याची दाढी खुरटलेली होती आणि त्याच्या हातात एक काठी होती. सुदृढ बांध्याचा तो होता.

त्याचा हा अवतार पाहिला आणि शिपायाने त्याला अडविले. शिपाई त्याच्या अंगावर खेकसलाच, "ए बावळटा, कुठे चाललास? चल हो बाजूला. ही काही धनगराची सभा नाही. धनिक राजेमहाराजांची सभा आहे. चल नीघ येथून."

त्या खेडवळाने आपली प्रवेशपत्रिका दाखविली. शिपायाने प्रवेश पत्रिका पाहिली; पण त्याच्यापेक्षाही त्याचा पोशाख पाहून तो तिरस्काराने म्हणाला, "चल नीघ इथून."

तो खेडवळ शांतपणे म्हणाला, "प्रवेश पत्रिका पाहणे तुझे काम. पोशाख पाहणे तुझे काम नाही. तू मला आत सोडणार आहेस का नाही?"

त्या खेडवळाचे ते दणकट शरीर त्याच्या हातातील ती काठी पाहिली आणि शिपाई मनातून घाबरला; पण उसने अवसान म्हणून म्हणाला, "तुला प्रवेश मिळणार नाही. येथे गडबड करू नकोस."

खेडवळ माणूस आपला हक्क सांगत होता. तो शिपाई हुज्जत घालत होता. दोघांचाही वाद वाढत होता. आवाज वाढत होते.

हरी रावजींनी आवाज ऐकला आणि बाहेर काय गोंधळ आहे हे पाहण्यासाठी दाराजवळ ते आले. त्यांनी त्या खेडवळ माणसाला पाहिले. आणि ते आनंदाने उद्गारले, "जोतिराव, या, आत या ना?"

तो खेडवळ माणूस जोतिबाच होते. हरी रावजीने जोतिबाला आदराने सभागृहात आणले आणि मोठ्या सन्मानाने थेट व्यासपीठावर नेऊन बसवले.

तो शिपाई अवाक्‌च झाला. सभागृहात कुजबूज सुरू झाली.

- कोण हा खेडवळ?-

- अहो ते जोतिराव फुले आहेत. -

- जोतिराव फुले?

ज्यांनी जोतिबाचे नुसते नावच ऐकले होते. ते आश्चर्यचकित झाले. ज्यांनी जोतिबाला पाहिले होते. ते बेचैन झाले.

जोतिराव कसे आले? आणि त्यांना थेट व्यासपीठावर बसवले? आता हा माणूस वेडेवाकडे बोलणार! आणि समारंभाला गालबोट लागणार.

सभागृहात भीतीची लहर पसरली व साऱ्यांच्या छातीत धडकीच भरली.

इतक्यात राजपुत्र आणि राणी यांचे आगमन झाले. सभागृहाने त्यांचे स्वागत केले. सभागृहाला अभिवादन करून राजपुत्र आपल्या आसनावर बसले; पण बसता-बसता त्यांचे लक्ष जोतिबाकडे गेलेच आणि ते विचारात पडले.

"हा माणूस कोण?"

या माणसाची ओळख राजपुत्राला होणारच होती.

समारंभाला सुरुवात झाली. प्रास्तविक झाले. राजपुत्र-राणीचे सुवर्णपुष्पांनी स्वागत झाले. भरजरी महावस्त्र देऊन सत्कार झाला. मोठमोठी भाषणे झाली. प्रत्येकाने राजपुत्राचे स्तुतिस्तोत्रच गायिले आणि स्वतःला धन्य म्हणून घेतले. साऱ्यांची स्तुतिसुमने उधळून झाली. आता राजपुत्रच बोलणार असे वाटले; पण जोतिबा बोलायला उभे राहिले आणि साऱ्या सभागृहाचे श्वास रोखले गेले. राजपुत्राचे लक्ष जोतिबाकडे अधिकच वेधले गेले.

हरी रावजीने राजपुत्राला जोतिबाची ओळख करून दिली.

- हे जोतिराव फुले - शेतकऱ्यांचे तळमळीचे नेते! -

राजपुत्राने स्मितहास्य केले. जोतिबा बोलू लागले. जोतिबाच्या मुखातून शब्द बाहेर येऊ लागले. ते शब्दांचे बुडबुडे नव्हते. ती अंतःकरणातली तळमळ होती. जिव्हाळा होता आणि अंतःकरणातला त्वेषही होता. जोतिबाचे अंतःकरणच बोलत होते. राजपुत्राला उद्देशून जोतिबा म्हणाले.

आपण सातासमुद्रापलीकडून माझा भारत देश पाहण्यासाठी आला आहात. आपण या पुण्यनगरीतली नेत्रदीपक रोषणाई पाहिली. या सभागृहातल्या धनिकांचे भारी-भारी किमतीचे पोशाख पाहिले आणि आता मेजवानीचा थाटही पाहणार आहात. आपणाला असे वाटेल की भारतात धान्याची, वस्त्राची, अन्नाची कमतरताच नाही. भारत सुवर्णाची खाण आहे. हिऱ्या-माणकांची खाण आहे. येथे बेघर कुणीच नाही. येथे अंधार नाही. अज्ञान नाही. दिवसाही प्रकाश, रात्रीही प्रकाश! भारत देश सुखी समृद्ध आहे; पण हा खरा भारत नाही. भारताचा देखावा आहे. आभास आहे. हा खरा भारत नाही. फार मोठा श्रीमंती साज चढवलेला हा भारताचा देह आहे. खरा भारत खेड्यांत आहे. भारताचा आत्मा खेड्यात आहे. या आत्म्याला माणुसकीचा स्पर्श होत नाही. तो भुकेलेला असून त्याला अन्नाचा कण मिळत नाही. त्याला बुद्धी असते; पण ज्ञान मिळत नाही. खेड्यातला माणूस हा माणूस असून त्याला माणुसकीने जगण्याचा हक्क मिळत नाही. जिवंत मरण तो जगतो.

तुम्हाला खरा भारत पाहायचा असेल तर दलितांच्या वस्तीला भेट द्या. या वस्तीतला माणूस कुत्र्या-मांजरासारखे उकीरड्यावरचे जीवन जगतो. त्याच्या आयुष्याचाच उकीरडा झाला आहे. खरा भारत या वस्तीत आहे.

खरा भारत दरिद्री आहे. भुकेकंगाल आहे. दीनदुबळा आहे. अज्ञानी आहे; पण खरा भारत हा माणसांचा देश आहे. आपण फक्त भारताचा देह पाहिला. आत्मा पाहिला नाही. भारताचा आत्मा पाहा.

जोतिबाने आपले भाषण संपविले आणि ते खाली बसले. राजपुत्र त्यांच्या भाषणाने प्रभावित झाले. प्रसन्न झाले. आपल्या भाषणात ते म्हणाले, "मी भारतभेटीला आलो होतो; पण जोतिरावांनी मला भारताच्या आत्म्याचे दर्शन घडविले."

सभा संपली. जोतिबा मेजवानीला थांबले नाहीत. कारण त्या मेजवानीला खेड्यातल्या कांदाभाकरीची अवीट गोडी नव्हती.

जोतिबा सभागृहाबाहेर आले; पण आता त्यांना शिपायाने अडवले नाही. त्याने मघाशी जोतिबाचा पोशाख पाहिला होता आता त्याला जोतिबाच्या महान आत्म्याचे दर्शन झाले.

❑❑❑

१३. जोतिबा महात्मा झाले

दुपारची वेळ होती. शेतकरी, कामकरी, मजूर, कष्टकऱ्यांची ती न्याहारीची वेळ होती. एका वटवृक्षाच्या सावलीत आजूबाजूच्या शेतीत काम करणारे कष्टकरी आपापली शिदोरी घेऊन बसले होते. त्याला साऱ्याच जातीची माणसे होती. साऱ्याच वयाची माणसे होती. बालमजूर होते. बाया होत्या. तरुण होते. तसे ठरलेच होते.

आज न्याहारीसाठी वटवृक्षाच्या सावलीत साऱ्यांनी जमायचे.

सारे जमले होते. आपापल्या शिदोऱ्या साऱ्यांनी सोडल्या आणि त्यांनी दुपारची न्याहारी केली. पोटभर पाणी पिऊन आता ते आपापसांत बोलू लागले. ती एक छोटीशी कष्टकऱ्यांची सभाच होती. बोलण्याचा विषय होता,

-जोतिबा-

एक म्हातारा बोलू लागला, गड्यांनो, जोतिबा आता साठ वर्षांचे झाले आहेत. आपले सारे वय त्यांनी गोरगरीब, दीनदलित, पीडित समाजासाठीच खर्च केले. सारे आयुष्य त्यांनी समाजाच्या उद्धारासाठीच समर्पण केले. आपला देह चंदनासारखा झिजवला. आपण आंधळे झालो होतो, बहिरे झालो होतो, मुके झालो होतो. जोतिबाने आपल्याला डोळे दिले, कान दिले, वाचा दिली. फार उपकार आहेत जोतिबाचे आपल्यावर. बायाबापड्या तर त्यांच्या ऋणी आहेत.

एका बाईने प्रतिसाद दिला, खरे आहे हे! आम्ही बाया जन्मापासून मरेपर्यंत जन्मठेप भोगत होतो. जोतिबानेच आम्हाला मुक्तीची दिशा दावली. जोतिबाचे आमच्यावर ऋणच आहे.

तो म्हातारा बोलू लागला, जोतिबाचे तुमच्यावर, आमच्यावर साऱ्या समाजावर ऋण आहे. त्यांनी आम्हाला खूप दिले. आता हे ऋण फेडण्याची वेळ आली आहे. आपण जोतिबांचे ऋण फेडू. त्याचा सत्कार करू. त्यांना काहीतरी अर्पण करू.

काय द्यायचे ठरवा. त्याला सारे हातभार लावतील. सभा बोलली.

जोतिबाला काय द्यायचे? या प्रश्नावर आता चर्चा सुरू झाली. एक विचार पुढे आला.

आपण जोतिबांना फार मोठा सत्कार करू. त्यांना भारी किमतीची शाल देऊ. पागोटे बांधू. लाख रुपयांची थैली अर्पण करू.

एकाने शंका बोलून दाखवली. तो म्हणाला, जोतिबांना जे अर्पण कराल, ते कमीच राहील. आपण जे देऊ ते जोतिबा आपल्यालाच अर्पण करतील. सरकारने जोतिबाचा सत्कार केला. त्यांना दोन शाली दिल्या. त्यांनी त्या जवळ ठेवल्याच नाहीत. मुक्ताचे वडील तापाने फणफणले होते. जोतिबाने एक शाल त्यांच्या अंगावर पांघरली. एक भिकारी थंडीने गारठून गेला होता. जोतिबाने दुसऱ्या शालीची ऊब त्याला दिली. लाख रुपये ते गोरगरिबांनाच वाटून टाकतील. आपण ऋण फेडायला जाऊ, ऋण वाढतच राहील. ऋणातून आपण कसे मुक्त होणार?

तो म्हातारा म्हणाला, खरे आहे. आपला जोतिबा महात्माच आहे. देवाचे ऋण फिटेल; पण महात्म्याचे ऋण फेडताच येत नाही.

आणि त्या म्हाताऱ्याला काय वाटले कुणास ठाऊक? त्याचा चेहरा एकदम खुलून आला आणि तो आनंदाने उद्गारला, जोतिबांचे ऋण आपण फेडू शकतो. आपल्या जोतिबांना शाल द्यायची नाही. लाख रुपयेही अर्पण करायचे नाहीत. जोतिबांना साऱ्यांनी हृदयापासून महात्मा म्हणायचे. जोतिबांना महात्मा ही पदवी द्यायची. बोला महात्मा जोतिबाकी...

साऱ्यांनी प्रतिसाद दिला

जय!

साऱ्यांना आनंद झाला. साऱ्यांनी ठरविले. जोतिबांचा सत्कार करायचा. त्यांना पदवी द्यायची 'महात्मा'. सभा संपली.

दुसऱ्याच दिवशी पंचमंडळ जोतिबांना भेटले आणि त्यांनी जोतिबांना विनंती केली, तात्यासाहेब, तुम्ही साठ वर्षांचे झालात. सारे आयुष्य समाजासाठी वेचले. साऱ्या समाजाची एक इच्छा आहे. तुमचा सत्कार करावा.

जोतिबा म्हणाले, ''पण बाबांनो, सत्कार म्हणजे खर्च आला. तुम्ही माझा सत्कार कराल. एखादी भारी किमतीची शाल द्याल. तुमच्या मनात आले तर लाख रुपयांची थैली अर्पण कराल. कशाला हा खर्च? मी माझे कर्तव्य केले.''

जोतिबांचे शब्द ऐकले आणि ते पंचमंडळ एकमेकांकडे पाहतच राहिले. त्यांच्या डोळ्यातले भाव सांगत होते. जोतिबा खरंच महात्मा आहेत. त्यांनी आपल्या आत्म्याचेच बोल जाणले.

त्या पंच कमिटीत तो म्हातारा होताच. तो म्हणाला, तात्यासाहेब, आम्ही काहीच खर्च करणार नाही, आम्ही काहीच देणार नाही. आम्ही फक्त प्रेमाचे दोन-दोन शब्द बोलू. प्रेमाचाच हार घालू.

त्या म्हाताऱ्याच्या डोळ्यातले प्रेमळ भाव पाहिले. जोतिबांना नाही म्हणवले गेले नाही. ते म्हणाले, मी येईन.

सत्काराचा दिवस ठरला - ११ मे १८८८.

गाव ठरले - मांडवी.

ठिकाण ठरले - कोळीवाडा.

खेडोपाडी बातमी गेली. दूरवर बातमी पोहोचली. वस्तीवस्तीला कळले. जोतिबांचा सत्कार करायचा. सारे शेतकरी, कामकरी, मजूर, कष्टकरी दीनदलित, पीडित समाज वेगाने कामाला लागला. खेड्याखेड्यांत वस्तीवस्तीत निमंत्रणे गेली. जोतिबांना काय घ्यायचे हेही कळवले. साऱ्यांच्या आनंदाला, उत्साहाला भरती आली. त्या दिवसाची सारे जण वाट पाहू लागले.

आणि तो दिवस उगवला. आपले काम सोडून सारे निघाले. नेहमीच्याच पोशाखात निघाले. साऱ्यांचे कपडे सारखेच होते. मळलेले, फाटलेले, घामटलेले.

सारी घाम गाळणारीच होती. पोशाखाची ऐट ते दाखवूच शकत नव्हते. त्यांचे कपडे मलिन होते; पण अंतःकरण स्वच्छ होते. निर्मळ होते, शुद्ध होते. आनंदाने भरलेले होते. प्रेमाने ओथंबलेले होते. आपला आनंद, उत्साह घेऊन ते निघाले.

कोळीवाड्यात लोक मावत नव्हते. आजूबाजूच्या मोकळ्या जागेतही गर्दी दाटली होती. फार मोठा जनसमुदाय जमला होता. जागेत लोक मावत नव्हते आणि लोकांच्या मनात आनंद मावत नव्हता. एक जनसागरच निर्माण झाला होता. आनंदसागरच लोटला होता.

जोतिबांनी हा जनसागर पाहिला. त्यावर उठणाऱ्या आनंदाच्या लाटा पाहिल्या आणि त्यांचे मन भरून आले. त्यांनी त्या आनंदसागराचे दर्शन घेतले आणि ते आपल्या जागेवर बसले.

समारंभाला सुरुवात झाली. प्रास्ताविक झाले. गौरवपर भाषणे झाली. ज्यांना बोलता येत होते ते दोन-दोन शब्द बोलले. त्या शब्दांत स्तुती नव्हती, प्रेम होते. जिव्हाळा होता, कृतज्ञता होती.

स्त्रियांतर्फे एक स्त्री बोलली. तिचे नाव मुक्ता होते. जोतिबाने मुलींसाठी शाळा सुरू केली. त्या शाळेत पहिला प्रवेश घेणारी ती पहिली मुलगी होती. घराच्या बंदिवासातून मुक्त झालेली ती पहिली मुक्ता होती. ती फारच सुंदर बोलली.

भाषणे आटापेली. एक म्हातारा काठी टेकत-टेकत मंचापाशी आला. सारे लोक शांत बसले होते. त्या म्हाताऱ्याच्या हातात एक पुष्पहार देण्यात आला. तो म्हातारा म्हणाला, लोकहो, आपणा सर्वांकडून गुंफलेला हा प्रेमाचा पुष्पहार आपल्या जीवनदात्याच्या गळ्यात घालून त्यांचा मी सत्कार करतो.

म्हाताऱ्याने प्रेमभराने तो हार जोतिबाच्या गळ्यात घातला. जनसमुदायाने टाळ्यांचा कडकडाट केला. जोतिबाचा कंठ दाटून आला. म्हाताऱ्याने आपला हात वर केला आणि सारा जनसमुदाय शांत झाला. तो म्हातारा बोलू लागला. तो म्हणाला,

"लोकहो, जोतिबाला काय म्हणावे मला कळत नाही. त्यांना देव म्हणू, देवमाणूस म्हणू, संत म्हणू का सत्पुरुष म्हणू? लोकहो, तुम्ही जोतिबाला काय म्हणाल?"

साऱ्या जनसमुदायातून एकमुखाने आवाज उठला-

- महात्मा जोतिराव-

सर्वत्र प्रतिध्वनी उमटला.

- महात्मा जोतिराव-

बराच वेळ हा आवाज घुमत राहिला.

- महात्मा जोतिराव-

आणि जोतिबा महात्मा झाले. त्या म्हाताऱ्याने आवाज दिला.

- महात्मा जोतिराव फुले की...

जनसमुदायातून प्रतिसाद मिळाला.

-जऽऽय! -

जोतिबांना गहिवरून आले. त्यांच्या डोळ्यांतून प्रेमाश्रू वाहू लागले. त्यांचे हृदय भरून आले. भरल्या हृदयानेच ते जनसमुदायाला बोलू लागले. त्यांच्या शब्दाशब्दांत ओलावा होता. जिव्हाळा होता. मानवधर्माचा उद्घोष होता.

अण्णा मास्तर म्हणाले, मुलांनो, बहुजनांनी स्वयंस्फूर्तीने जोतिबाला महात्मा पदवी दिली. जोतिबा महात्मा झाले. देशातले ते पहिले महात्मा! दुसरे महात्मा कोण होते?

साऱ्या मुलांनी आवाज दिला.

- महात्मा गांधी.

- बरोबर आहे. या दोन महात्म्यांचे आपण नित्य स्मरण करू या! आणि त्यांनी शिकवलेल्या मानवधर्माचेच पालन करू या!

खरा तो एकची धर्म। जगाला प्रेम अपर्वि।

साने गुरुजींच्या गीताचे बोल अण्णा मास्तरांच्या मुखातून बाहेर पडले आणि तेच गीत आळवीत मुलं घरी गेली.

❑❑❑

१४. ज्योत मालवली

संध्याकाळ झाली. गोष्टीची वेळ झाली. अण्णा मास्तरांचे अंगण मुलांनी फुलून गेले. आनंदाने भरून गेले. आता मुलांची संख्या वाढली होती. आनंद वाढला होता. मुलांचा आनंद अंगणात मावत नव्हता. मुले म्हणजेच आनंद! आनंद म्हणजेच मुले! मुले म्हणजे मुलेच! मुले हीच त्यांची जात! आनंद हेच त्यांचे रूप!

आज मुलांनी एक फुलांचा हार आणला होता. साऱ्या मुलांनी मिळून तो गुंफला होता. त्यात विविध जातीची फुले ओवली होती. त्यात गुलाब होता. शेवंती होती. मोगरा होता. चाफा होता. जाई होती. जुई होती आणि रानफुलेसुद्धा होती. सर्वांत लहान मुलगा आज तो हार जोतिबांच्या प्रतिमेला घालणार होता.

अण्णा मास्तर आले. नेहमीप्रमाणे त्यांच्या चेहऱ्यावर स्मितहास्य नव्हते. त्यांच्या चेहऱ्यावर आज औदासीन्य होते. आज ते शेवटची गोष्ट सांगणार होते. ते म्हणाले,

"मुलांनो, आज महात्मा फुले यांच्या चरित्रातील शेवटची गोष्ट मी सांगणार आहे. आज जोतिबांचे चरित्र संपणार आहे. आजच्या गोष्टीचे नाव आहे - **ज्योत मालवली!**"

मुलांना कळले. त्यांचेही चेहरे थोडे उदास झाले. अण्णा मास्तर गोष्ट सांगू लागले,

महात्मा फुले यांनी वयाची साठी ओलांडली आणि त्यांना आपल्या मृत्यूची पुसटशी छाया दिसू लागली. त्यांना मृत्यूचे भय नव्हते. आयुष्याच्या संध्याकाळी ते अगदी प्रसन्न होते. शांत होते. समाधानी होते. मृत्यूचे स्वागत ते आनंदानेच करणार होते. त्यांच्या साऱ्या इच्छा पूर्ण झाल्या होत्या. एक शेवटची इच्छा त्यांना पूर्ण करायची होती.

त्यांना एक शेवटचा ग्रंथ लिहायचा होता. तसे त्यांनी अनेक ग्रंथ लिहिले होते, पोवाडे केले होते, अखंड लिहिले होते; पण तरीही त्यांना एक शेवटचा ग्रंथ लिहिण्याची इच्छा होती.

त्यांच्या आयुष्याचा ग्रंथ आटोपायच्या आत त्यांना हा ग्रंथ पूर्ण करायचा होता. आपल्या मृत्यूची चाहूल त्यांना लागली होती. ते मनाशी विचार करू लागले,

- आपली शक्ती आता क्षीण होणार. आपल्या शरीराची झीज होत राहणार. आपली क्षमता आता संपुष्टात येणार. आपला उजवा हात चालतो तोपर्यंत हा ग्रंथ लिहायला हवा.

एक दिवस त्यांनी मनाशी निर्धार केला आणि ठरवले, उद्यापासून ग्रंथ लिहायला प्रारंभ करायचा.

त्यांनी सावित्रीला आपली इच्छा बोलून दाखवली, "सावित्रे! आता मी एक शेवटचा ग्रंथ लिहिणार आहे."

सावित्रीबाईंनी विचारले, "कोणता ग्रंथ?"

जोतिबा उद्गारले, "सार्वजनिक सत्यधर्म! उद्यापासूनच मी लेखनास प्रारंभ करणार आहे."

आणि जोतिबांनी रात्रीच सारे लेखनसाहित्य आणून ठेवले आणि ग्रंथाची मनात जुळवणी करीतच ते झोपी गेले.

पहाटे लवकरच ते उठले. तोंड धुतले. स्नान केले. आपल्या ईश्वराची मनात प्रार्थना केली, हे विश्वनिर्मात्या, तुझ्याच सत्यधर्माचा एक शेवटचा धर्मग्रंथ मी लिहिणार आहे. ही तुझीच प्रेरणा आहे.

आणि जोतिबा ग्रंथ लिहिण्यास बसले. आपल्या उजव्या हातात त्यांनी टाक धरला आणि काय झाले कुणास ठाऊक? त्यांना एकदम अस्वस्थ वाटू लागले. त्यांच्या उजव्या हाताला मुंग्या आल्या. उजवा हात बधिर होऊ लागला. हातातली लेखणी गळून पडली आणि क्षणात त्यांना अर्धांगवायूचा झटका आला. ते खाली कोसळले. त्यांनी सावित्रीला हाक दिली, 'सावित्रेऽ'

त्यांनी आपल्या मुलाला हाक दिली, 'यशवंताऽ'

हो! यशवंत! जोतिबा-सावित्रीचा मुलगा. या दाम्पत्याला मुलगा नव्हता. एका असाहाय्य विधवा बाईचा मुलगा जन्मतःच त्यांनी दत्तक घेतला होता आणि त्याचा मुलाप्रमाणे सांभाळ केला होता. त्याचे नाव यशवंत ठेवले होते. यशवंता घाबरतच आला. दोघांनी जोतिबाला अंथरुणावर ठेवले. सावित्री जोतिबांचे हात-पाय चोळू लागल्या; पण हात-पाय बधिर झाले होते. उजवे शरीरच बधिर झाले होते. त्यातल्या संवेदना नष्ट झाल्या होत्या. त्राणच निघून गेले होते. जोतिबांचा उजवा हात लुळा पडला होता. उजवे शरीरच लुळे पडले होते.

यशवंताने डॉक्टर घोले यांना बोलावून आणले. डॉक्टरांनी जोतिबास तपासले आणि रोगाचे निदान केले. डॉक्टर म्हणाले,

"हा अर्धांगवायूचा तीव्र झटका आहे. मी औषध देतो. हा रोग लवकर बरा होणार नाही; पण काळजी करू नका. जोतिबांचा हा आजार बरा होईल. मी औषध देतो. माझा माणूस रोज येऊन हाता-पायाची मालिश करील; पण तरीही या आजारावर एकच रामबाण औषध आहे."

सावित्रीबाई म्हणाल्या, "कोणते औषध?"

ते उद्गारले, "विश्रांती! मनाला, शरीराला पूर्ण विश्रांती!"

विश्रांती हा शब्द ऐकला आणि जोतिबांच्या चेहऱ्यावर हास्य उमटले. त्यांना विश्रांती ठाऊकच नव्हती आणि आता तर ते विश्रांती घेऊच शकत नव्हते. विश्रांतीचा आणि त्यांचा छत्तीसचा आकडा तर होताच; पण त्यांना शेवटचा ग्रंथ लिहायचा होता. मृत्यूची छाया अधिक दाट झाली होती. अर्धा मृत्यू त्यांना आलाच होता. त्यांचा लिहिता हातच मृत झाला होता... पण तरीही त्यांचा निर्धार कायम होता.

डॉक्टर औषध देऊन निघून गेले. सावित्रीबाई म्हणाल्या, "तुम्ही आता पूर्ण विश्रांती घ्या."

जोतिबाला पुन्हा किंचित हसू आले. ते अडखळतच बोलले, "विश्रांती घेतली तर ग्रंथ कसा लिहून होईल?"

सावित्रीबाई उद्गारल्या, "होईल. तुम्ही निजल्या-निजल्या सांगत जा, मी लिहीत जाईन. रोज थोडे-थोडे लिहू."

जोतिबा म्हणाले, मला बोलताना त्रास होतो. माझा ग्रंथ मीच लिहिणार. तू फक्त मला आधार दे.

सावित्रीबाई पुन्हा म्हणाल्या, पण तुम्ही लिहिणार कसे? उजव्या हाताने तुम्हाला लिहिता येणार नाही.

जोतिबाने आपला डावा हात वर केला आणि ते आत्मविश्वासाने म्हणाले, माझ्या डाव्या हातात अजून शक्ती आहे. मी डाव्या हाताने लिहीन. ईश्वराची तशीच इच्छा दिसते. डावा हात हा उपेक्षित हात आहे. उपेक्षितांमध्येच त्याची गणना होते. उपेक्षितांमध्ये आता लिहिण्याची शक्ती आली आहे. सत्यधर्म लिहिण्याचे सामर्थ्य उपेक्षितांमध्येच आहे. माझा डावा हात हा ग्रंथ पूर्ण करील.

सावित्रीबाईला आपल्या पतीचा अभिमान वाटला. त्यांनी जोतिबाला लिहिण्याची प्रेरणा दिली आणि औषध दिले. जोतिबाला थोडी हुशारी वाटली.

थोड्या वेळाने सावित्रीबाईने जोतिबाला आधार देत बसवले. त्यांच्या डाव्या हातात लेखणी दिली. जोतिबाचा डावा हात नवसाक्षरासारखे एकेक अक्षर कागदावर लिहू लागला. कागदावर अक्षरे उमटू लागली.

'सत्यमेव जयते!'

रोज हाच प्रयोग सुरू होता. जोतिबा विकलांग झाले होते. अंथरुणाला खिळून होते; पण तरीही रोज दोन तास लिहीत होते. त्यांची इच्छाशक्ती दांडगी होती. एकेक प्रकरण ते पूर्ण करीत होते. सावित्रीबाई त्यांना आधार देत होती. प्रेरणा देत होती. शक्ती देत होती. सतत सहा महिने ते लिहीत होते.

१८८९ चे नवीन वर्ष उजाडले. नव्या वर्षाचा नवीन दिवस उगवला. सत्यधर्मचे शेवटचे प्रकरण पूर्ण झाले. क्रांतिसूर्याच्या चेहऱ्यावर सहस्त्रक्रांतिज्योतीची

किरणे पसरली. जोतिबाचा चेहरा उजळून आला. त्यापेक्षाही सावित्रीबाईंचा चेहरा अधिक उजळला. सार्वजनिक सत्यधर्म पूर्ण झाला. जोतिबाने लेखणी खाली ठेवली.

मृत्यू एकेक पाऊल पुढे-पुढेच टाकत होता. जोतिबाला अर्धांगवायूचा दुसरा झटका आला आणि त्यांचे उरलेसुरले शरीरही पार लुळे पडले. आता ते पूर्ण विकलांग झाले. त्यांना आता उठता येत नव्हते. बसता येत नव्हते. बोलताही येत नव्हते. मृत्यू त्यांच्या अगदी जवळ आला होता.

दूरदूरचे लोक त्यांना भेटायला येऊ लागले. त्यांची मित्रमंडळी आली. जोतिबाने विकलांग हाताने तो ग्रंथ आपल्या मित्रांच्या स्वाधीन केला. सत्यधर्मच त्यांनी मित्रांच्या स्वाधीन केला. आता त्या ग्रंथाचे मुद्रण आणि प्रसार त्यांचे मित्रच करणार होते.

जोतिबाला बोलता येत नव्हते; पण तरीही ते अडखळत-अडखळतच बोलत होते. भेटीला येणाऱ्या लोकांना तेच धीर देत होते. सत्यधर्म सांगत होते.

बाबांनो, ज्याला जन्म असतो, त्याला अंत असतोच. कुणीही दुःख करू नका. सत्यधर्माचे पालन करा. देव एकच आहे -

विश्वनिर्माता!

धर्म एकच आहे -

सत्यधर्म!

त्या ईश्वराची आपण सारी लेकरे आहोत. सारे बंधुभावाने वागा. उच्च-नीचता पाळू नका. परपिडा हेच पाप आहे. परोपकार हेच पुण्य आहे. स्त्री-पुरुष सारे समान आहेत. सारे भाऊ-भाऊ आहेत. साऱ्यांना आपल्या सद्सद्विवेकबुद्धीने वागण्याचे स्वातंत्र्य आहे. समता, बंधुता, स्वातंत्र्य हे तत्त्व अंगीकारा. सत्यमेव जयते हे ब्रीद राखा.

काय होणार हे साऱ्यांना दिसू लागले. साऱ्यांचे डोळे अश्रूंनी डबडबत होते. सावित्रीबाईचे दुःख, तर अखंड डोळ्यावाटे वाहत होते. आपल्या पतीची विकलांग अवस्था पाहून तिचे काळीज तुटत होते. रात्रंदिवस ती आपल्या पतीजवळ बसून होती. दुःख गिळत होती. जोतिबा तिला धीर देत होते.

२७ नोव्हेंबर १८९० ची रात्री आली. ही रात्र भयाण वाटत होती. जोतिबांचा मृत्यू आता त्यांच्याजवळ उभा होता. फक्त शेवटच्या क्षणाची तो वाट पाहत होता. जोतिबाच्या उशाशी एक समई जळत होती. तिच्या ज्योतीचा मंद-मंद प्रकाश जोतिबांच्या चेहऱ्यावर पसरला होता. जोतिबांचा चेहरा प्रसन्न होता. शांत होता. त्यांचे ओठ हलत होते. आपल्या ईश्वराची ते प्रार्थना करीत होते.

मध्यरात्र झाली. सारे जग झोपेच्या अधीन गेले होते. थंड वारे सुटले होते. वाऱ्याची एक झुळूक आत आली. समईची ज्योत फडफडली आणि एकदम विझून गेली. जोतिबाच्या ओठांची हालचाल बंद झाली. सारीच हालचाल बंद झाली. जोतिबाची प्राणज्योत मालवली. सर्वत्र अंधार झाला. क्रांतिसूर्य मावळला होता.

दिवस उगवला तरी सारे अंधारून आले होते. आकाश ढगाळून आले होते. पावसाचे थेंब जमिनीवर टपकत होते. ते पावसाचे थेंब नव्हते, आकाशातल्या सूर्याचे अश्रू होते.

अण्णा मास्तर म्हणाले, 'मुलांनो, जोतिबाची प्राणज्योत मालवली. मागे राहिल्या त्या जोतिबाने पेटवलेल्या असंख्य ज्ञानज्योती. याच ज्ञानज्योती चिरंतन तेवत राहणार आहेत आणि ज्ञानाचा प्रकाश देत राहणार आहेत. या प्रकाशातच सत्यधर्माचे दर्शन घडत राहणार आहे.'

सारी मुले सद्गदित झाली. त्यांचे लक्ष जोतिबाच्या छायाचित्राकडे गेले. साऱ्यांनी जोतिबांना नमस्कार केला. एक लहान मुलगा हातात हार घेऊन उठला आणि त्याने जोतिबांच्या छायाचित्रास हार अर्पण केला. साऱ्या मुलांनी जयघोष केला-

'महात्मा जोतिबा फुले अमर रहे!'

❑❑❑

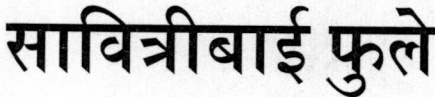